हिपोक्रॅटिसची शपथ

डॉ. चंद्रकांत शंकर वागळे यांची इतर प्रकाशित पुस्तके

वैद्यकीय

बालसंगोपन

बाळाचे आजार व उपचार

मुले व त्यांचे प्रश्न

आत्मचरित्र

डॉक्टर

वैद्यकीय इतिहास

वैद्यकाची यशोगाथा

आत्मा ते जनुक

हिपोक्रॅटिसची शपथ

डॉ. चंद्रकांत शंकर वागळे

पॉप्युलर प्रकाशन, मुंबई

हिपोक्रॅटिसची शपथ
(म-१२५७)
पॉप्युलर प्रकाशन
ISBN 978-81-7991-960-6

HIPPOCRATESCHI
SHAPATH
(Marathi : Medical History)
Dr. Chandrakant Shankar Wagle

पहिली आवृत्ती : २०१९/१९४०

मुखपृष्ठ : संदीप देशपांडे

प्रकाशक
हर्ष भटकळ
पॉप्युलर प्रकाशन प्रा. लि.
३०१, महालक्ष्मी चेंबर्स
२२, भुलाभाई देसाई रोड
मुंबई ४०० ०२६

अक्षरजुळणी
संतोष गायकवाड
पिंपळे गुरव, पुणे ४११ ०२७

मुद्रक
रेप्रो बुक्स लि.
लोअर परेल, मुंबई ४०००१३

माझे परमस्नेही
व
प्रिय नातू
चि. मिहीर आणि चि. अर्चिस
यांस...

मनोगत

भारतातील वैद्यकीय महाविद्यालयांत वैद्यकाचा इतिहास शिकवला जात नाही. या विषयावर भारतात डॉ. फारूख उडवाडिया यांचा अपवाद सोडल्यास इंग्रजीतून लेखन झालेले नाही. मराठीत मोजक्याच लेखकांनी स्फुट स्वरूपाचे लेखन या विषयावर केले आहे. निवृत्तीनंतर फावला वेळ सत्कारणी लावावा या हेतूने मी वैद्यकीय इतिहासाचे अध्ययन सुरू केले.

विषयाचे महत्त्व ओळखून 'वैद्यकाची यशोगाथा' आणि 'आत्मा ते जनुक' ही माझी पुस्तके अनुक्रमे राजहंस व पॉप्युलर या प्रकाशन संस्थांनी प्रसिद्ध केली, याबद्दल मी त्यांचा ऋणी आहे.

प्रस्तुत पुस्तकात वैद्यकातील काही चर्चाविषय आणि अजरामर संशोधनकार्य करूनही प्रकाशझोतात नसलेल्या संशोधकांची ओळख करून दिलेली आहे. लेखनसंन्यास घेण्याचा माझा इरादा माझे घनिष्ठ स्नेही व पॉप्युलर प्रकाशनाचे संचालक रामदास भटकळ व संपादिका अस्मिता मोहिते यांनी मोडून काढला व मला लेखन करण्यास प्रोत्साहित केले याबद्दल मी त्यांचा ऋणी आहे.

माझा मुलगा संजय माने नेहमीप्रमाणे संदर्भ वाङ्मयाची रसद पुरवली. माझा इंग्लंडस्थित दुसरा मुलगा अजय याच्या निवासस्थानी हे लेखन अत्यंत शांततेत झाले. माझा नातू चि. अर्चिस (वय वर्षे तीन) याने विलक्षण समजूतदारपणे माझ्या लेखनात व्यत्यय आणला नाही याबद्दल त्याचे आभार मानले तरी ते त्याला समजणे अंमळ कठीण आहे.

माझ्या लेखनावर माझी पत्नी दया हिची बारीक नजर असते. हे पुस्तक त्याला अपवाद कसे असेल?

— **चंद्रकांत शं. वागळे**

अनुक्रम

भाग पहिला

विचारमंथन

The history of Medicine is largely the substitution of ignorance by fallacies.

- Richard Gordon

प्रकरण १

हिपोक्रॅटिसची शपथ

"In purity and holiness I will guard my life and art."

— Hippocrates

प्रत्येक व्यवसायाचे काही नीतिनियम असतात. वैद्यकीय व्यवसाय याला अपवाद नाही. हा व्यवसाय उदात्त व्यवसाय म्हणून मानण्यात येतो. मानवी अस्तित्वाशी या व्यवसायाची नाळ जोडली गेल्यामुळे विद्यादानाइतकाच हा व्यवसाय पवित्र मानला गेला असावा. व्यवसायात आलेल्या डॉक्टराचे इतरांशी वर्तन कसे असावे याबद्दल प्रत्येक वैद्यकप्रणालीतील पूर्वसुरींनी डॉक्टरांनी काही बंधने पाळावीत अशा सूचना आपल्या लेखनात केल्या आहेत. चरक व सुश्रुत या भारतीय आचार्यांनी आपापल्या संहितांत व ग्रीसमधील हिपोक्रॅटिस या रोगोपचारकाने 'Hippocratic Corpus' या ग्रंथात वैद्यक-व्यावसायिकांनी पाळायची आचारसंहिता स्पष्टपणे नोंदून ठेवली.

हिपोक्रॅटिस

आधुनिक वैद्यकातील या प्राचीन दस्तऐवजाला Hippocratic Oath (हिपोक्रॅटिसची शपथ) असे नाव मिळाले. हिपोक्रॅटिसच्या नावाशी जोडल्या गेलेल्या शपथेचे जनकत्व त्याचेच आहे की काय याबद्दल अनेक विद्वानांनी शंका व्यक्त केली आहे. शेक्सपीअर अस्तित्वात होता की नाही असा संशय व्यक्त करण्यात येतो. शेक्सपीअरच्या नावाने दुसऱ्यानेच ते लिखाण केले असावे असाही

एक मतप्रवाह आहे. हिपोक्रॅटिस त्या तुलनेने नशीबवान म्हणायचा. त्याच्या अस्तित्वाबद्दल शंका नाही. पण ते लेखन हिपोक्रॅटिसच्या मृत्यूनंतर त्याच्या अनुयायांनी केले असावे व त्यात हिपोक्रॅटिसचे विचारधन एकत्रित केले असण्याची शक्यता नाकारता येत नाही.

आधुनिक व्यावसायिकांना 'हिपोक्रॅटिस' हे नाव या शपथेमुळे समजले यात कसलीही अतिशयोक्ती नाही. हे लेखन पाश्चात्त्य वैद्यकाच्या नीतिशास्त्राचा गाभा म्हटला जातो. आश्चर्याची गोष्ट ही की प्रत्यक्ष हिपोक्रॅटिसच्या काळात व नंतर रोमन कालखंडात या शपथेला फारसे महत्त्व मिळाले नव्हते. ख्रिस्ती धर्माचा उदय झाल्यानंतर प्राचीन वैद्यक आणि रोमन वैद्यक यांच्यामधील दुवा अशी मान्यता या शपथेला मिळाली. शपथेमुळे हिपोक्रॅटिस हे नाव सर्वतोमुखी झाले. त्याचे सर्वश्रेष्ठ कार्य म्हणजे वैद्यकाची त्याने पारमार्थिक तत्त्वज्ञानापासून फारकत करून वैद्यकशास्त्राला ऐहिक परिमाण दिले.

लेखनातील विसंगती

हिपोक्रॅटिसच्या लेखनाला न्याय, नीती, उपकृतता व वैयक्तिक शिष्टाचार यांचा स्पर्श आहे. रोगोपचारकाने अदबीने व सुसंस्कृत शिष्टाचारानुसार रुग्णाशी वर्तन करणे हे त्याचे कर्तव्य आहे, याची जाणीव शपथेत आढळते. हिपोक्रॅटिसच्या विचारांना नैतिकतेची झालर आहे. बौद्धिक प्रामाणिकता आणि नैतिक शुचिता हे त्याच्या लेखनाचे विशेष आहेत.

प्राचीन इतिहासातील अनिश्चितता आणि संदिग्धता हिपोक्रॅटिसच्या शपथेतही आढळते. त्याच्या नावाने झालेले लेखन व शपथ यांत दोन लक्षणीय फरक आहेत. शपथेत गर्भपात निषिद्ध मानला आहे, पण इतर ठिकाणी त्याने पेसरीने (Pessary) व इतर उपायांनी गर्भपात कसा करावा याचे वर्णन केले आहे.

शस्त्रक्रियेलादेखील हिपोक्रॅटिसने शपथेत मज्जाव केला आहे. पण त्याच्या इतर लेखनात स्कालपेल (scalpel) कसा वापरावा याचे विवेचन आहे. हिपोक्रॅटिसपूर्वी होऊन गेलेल्या पायथागोरस (Pythagoras) या ग्रीक शास्त्रज्ञाच्या लेखनात शस्त्रक्रियेविरुद्ध पवित्रा आहे. रक्तपात केल्यास माणसाच्या 'आत्म्याला' दुखापत होण्याची भीती त्याला वाटत असावी. हिपोक्रॅटिसने पायथागोरसच्या मताचा शपथेत पुनरुच्चार केला.

या विसंगती असूनही हिपोक्रॅटिसची शपथ आजही वैद्यकीय व्यवसायाचे प्रतीक मानण्यात येते. शपथेतील गर्भपातविरोधी सूचना ख्रिस्ती विचारांशी जुळणारी असल्याने कॅथलिकांनी तिचा सहजपणे स्वीकार केला.

मूतखडा

शपथेतील दुसरे महत्त्वाचे बंधन म्हणजे मूतखड्यासाठीदेखील शस्त्रक्रिया करण्यास मनाई आहे. प्राचीन काळी शस्त्रक्रिया भूल (Anaesthesia) न देता केल्या जात असत. त्यामुळे त्या अतिशय वेदनादायक असत. शस्त्रक्रिया करताना रक्तस्राव व जंतुसंसर्ग होण्याचे प्रमाण अतोनात होते. (अर्थात हवेतील सूक्ष्मजीवांचे अस्तित्व समजायला दोन हजार वर्षे जावी लागणार होती. पण हे सूक्ष्मजीव प्राचीन काळीही दांडगाई करीत असत!) यामुळे कोणतीही शस्त्रक्रिया प्राणघातक ठरण्याची शक्यता असे. मूतखडा, मोतीबिंदू आणि जखमा यांवर शस्त्रक्रिया करण्यासाठी प्राचीन काळी विशेष व्यावसायिक असत. म्हणूनच डॉक्टरने या विकारांकडे कानाडोळा करावा असा सूज्ञ सल्ला शपथेत आढळतो. आपल्या कुवतीपलीकडील उपचार करण्याची जोखीम रोगोपचारकाने घेऊ नये, असा गर्भित सल्ला शपथेच्या या कलमात होता.

हिपोक्रॅटिसची शपथ

मूळ शपथ शुद्ध ग्रीक भाषेत नव्हती. आयोनिया या ग्रीक आधिपत्याखाली असलेल्या प्रांतातील बोली भाषेत मूळ शपथ होती. तिचा अर्थ समजणे त्या काळीही दुरापास्त होते. इ.स. ३००च्या सुमारास इजिप्तमधील एका भूर्जपत्रात (Papyrus) शपथेला ग्रीक भाषेचा पेहराव चढविण्यात आला. शपथेच्या भाषेतच नव्हे तर तिच्या गाभ्यातही बदल झाला. आज प्रचलित असणारी शपथ खुद्द हिपोक्रॅटिसही ओळखू शकणार नाही! मूळ शपथ दुरुस्त (!) करण्याचे प्रयत्न प्राचीन काळातच सुरू झाले. शपथेचा इंग्रजी चेहरा असा आहे :

I swear by Apollo the healer, by Aesculapius, by Health and all the powers of healing and call to witness all the gods and goddesses that I may keep this Oath and Promise to the best of my a ability and judgment.

I will pay the same to my master in the Science as to my parents and share my life with him and pay all my debts to him. I will regard his sons as my brothers and teach them the Science, if they desire to learn it, without fee or contract. I will hand on precepts, lectures and all other tearning to my sons, to those of my master and to those pupils duly apprenticed and sworn and to none other.

I will not give a fatal draught to anyone, if I am asked, nor will I suggest any such thing. Neither will I give a woman means to procure an abortion.

I will be chaste, and religious in my life and in my practice.

I will not cut, even for the stone, but I will leave such procedures to the practitioners of that craft.

Whenever I go into a house I will go to help the sick and never with the intention of doing harm or injury. I will not abuse my position to indulge in sexual contacts with the bodies of women or of men whether they may be freemen or slaves.

Whatever I see or hear, professionally or privately, which ought not to be divulged, I will keep secret and tell no one.

If, therefore, I observe this Oath and do not violate it, may I prosper both in my life and in my profession, earning good repute among all men for all time. If I transgress and forswear this Oath, may my lot be otherwise.

शपथेचा हा इंग्रजी तजुर्मा प्रख्यात वैद्यकीय इतिहासतज्ज्ञ रॉय पोर्टर यांनी त्यांच्या 'The Greatest Benefit to Mankind' या ग्रंथात उद्धृत केला आहे. पण इतर लेखकांनी दिलेल्या तजुर्म्यात व यात काही फरक आढळतात. पण हे फरक किरकोळ व केवळ शब्दयोजनेत आहेत. शपथेचा मूळ गाभा तसाच आहे.

शपथ आणि धार्मिकता

मूळ शपथेत तीन घटक आढळतात. शपथेचा प्रारंभ आणि शेवट धर्मविचारांशी संबंधित आहे. शपथ न पाळणाऱ्याला शासन होईल अशी गर्भित चेतावणी आहे. शपथेच्या प्रारंभी देवादिकांचा उल्लेख असला तरी ती धार्मिक स्वरूपाची आहे असे म्हणता येणार नाही.

शपथेत ॲपोलो या देवाचा उल्लेख येतो. अस्लेपिअस हा हिपोक्रॅटिसपूर्वी होऊन गेलेला व देवत्व प्राप्त झालेला रोगोपचारक आहे. शपथेच्या दुसऱ्या तजुर्म्यात अस्लेपिअसच्या मुली हायजिआ व पॅनेशिआ यांचे उल्लेख येतात.

प्राचीन काळात माणसाला होणारे यच्चयावत विकार परमेश्वरी कोपामुळे होतात असा समज होता. त्यामुळे देवाला संतुष्ट ठेवण्यासाठी अनेक प्रकारचे धार्मिक विधी करणे प्रत्येकाला क्रमप्राप्त होते. किंबहुना देवालयातील ब्रह्मवृंद रुग्णांना धार्मिक कृत्ये करण्यास भाग पाडत असे. परमेश्वरी कोप, सैतान व परमेश्वर यांच्यातील लढाया, सैतानी कृत्ये यांमुळे विकार उद्भवतात व म्हणूनच धार्मिक कृत्यांना पर्याय नाही असा समज दृढ करण्यात त्यांचा फायदाच होता. अंधश्रद्ध जनता त्यावर विश्वास ठेवत असे. पण 'शपथेत' परमेश्वराचा व विकारांचा कोणताच संबंध दाखवलेला नाही. त्या कालखंडात देवादिकांचे विकारांशी कोणतेच सोयरसुतक नाही हा विचार आडवळणाने मांडणे हे केवळ अतर्क्य होते!

शपथ आणि रुग्ण

शपथेच्या माध्यमातून डॉक्टरला एखाद्या कुटुंबप्रमुखाचे पद देण्याचा प्रयत्न आहे. रुग्णाच्या कुटुंबात डॉक्टरचे स्थान पित्याप्रमाणे आहे, असा शपथेत संदेश आहे. डॉक्टर व रुग्ण यांच्यात परस्परविश्वास असावा अशी सूचना आहे. रुग्णाबरोबर लैंगिक संबंध ठेवू नयेत ही जाणीव हिपोक्रॅटिसच्या काळात होती. त्या काळी प्रचलित असलेल्या समलिंगी संभोग प्रवृत्तीचा ओझरता उल्लेखही शपथेत आहे. कोणताही उपचार करताना रुग्णाच्या हितसंबंधांना प्राधान्य देणे, रुग्णाच्या विकाराबद्दल गुप्तता राखणे या दोन महत्त्वाच्या अटी होत्या. आपल्या विशेष स्थानाचा व अधिकाराचा डॉक्टरने गैरफायदा घेऊ नये अशी ताकीद शपथेत आहे. रुग्णाशी गैरवर्तन करू नये असा सल्लाही आहे.

शपथ आणि गर्भपात

स्त्री-योनीमध्ये पेसरी घालून गर्भपात घडवण्याची पद्धत प्राचीन ग्रीस व रोमन साम्राज्यांत होती. परंतु मध्ययुगात गर्भपात करण्याच्या सर्वच प्रकारांवर बंदी घालण्यात आली. लोकसंख्या नियंत्रित ठेवण्याचा मार्ग म्हणून गर्भपाताला प्लेटो व ॲरिस्टॉटल या तत्त्वज्ञांनी मान्यता दिली होती. तरीही गर्भपात केव्हा करावा याबद्दल एकमत नव्हते. गर्भ 'सजीव' केव्हा होतो याविषयीही एकवाक्यता नव्हती. जन्मानंतरच बाळाला सजीव मानावे असे प्लेटोचे मत होते. पायथागोरसच्या अनुयायांच्या मतानुसार बीजफलनानंतर (Fertilization) गर्भ सजीव होतो, म्हणून गर्भपात निषिद्ध होता. नैसर्गिक प्रक्रियांना मदत करणे ही हिपोक्रॅटिसची भूमिका होती. गर्भपाताने या प्रक्रियांत अडथळा येतो, शिवाय गर्भपात घडवताना

रक्तस्रावाने प्राणहानी होण्याची शक्यता असते. हिपोक्रॅटिसच्या 'First do no harm' या तत्त्वाला छेद जात होता. आज गर्भपाताला मान्यता आहे, पण तो फक्त वैद्यकीय कारणांसाठीच करावा असे बंधन आहे.

शपथ व दयामरण

हिपोक्रॅटिसच्या काळात अनेक ग्रीक व रोमन रोगोपचारक मरणोन्मुख रुग्णाला वेदनारहित मृत्यूला सामोरे जाण्यास मदत करत असे पुरावे आहेत. त्या काळात आत्महत्या करणे हा दंडनीय गुन्हा नव्हता. विष घेऊन आत्महत्या करण्यास प्राचीन ग्रीक संस्कृती मान्यता देत असे. आधुनिक काळात जपानमध्ये आत्मघात (हाराकिरी) करण्यास मनाई नव्हती. पण रुग्णाची आत्महत्या म्हणजे डॉक्टरी उपायांचे अपयश व परमेश्वरी इच्छेचा अपमान असेही मानले जाई. शिवाय शरीरास इजा करणे हिपोक्रॅटिसच्या तत्त्वांत बसत नसल्याने रुग्णाला (त्याची इच्छा असली तरी) दयामरण (Euthanasia) देऊ नये किंवा तशी सूचनादेखील करू नये असा दंडक घातला.

आधुनिक काळात दयामरण हा वादाचा विषय आहे. भारतात दयामरणास कायद्याने मनाई आहे. परंतु मरणोन्मुख रुग्णाने तो मानसिकदृष्ट्या सक्षम असताना तशी इच्छा लेखी स्वरूपात डॉक्टरला दिल्यास आधुनिक तंत्रज्ञानाचा उपयोग करून रुग्णाचे आयुष्य लांबविण्याची प्रक्रिया बंद करणे बेकायदेशीर नाही. आधुनिक तंत्रज्ञानाला मर्यादा आहेत. तंत्रज्ञानाचा वापर करून मृत्यू टाळता येत नाही, तो केवळ पुढे ढकलला जातो. मरणासन्न रुग्ण बेशुद्धावस्थेत असताना नातेवाइकांच्या सांगण्यावरून सर्व कृत्रिम उपाय थांबवावेत की काय यावरही कडाक्याच्या चर्चा होतात. रुग्णाचे नातेवाईक रुग्णाच्या अवस्थेचा गैरफायदा घेऊ शकतात व उपचार थांबवण्याच्या सूचना डॉक्टरला देऊ शकतात.

हिपोक्रॅटिसच्या काळात व नंतर विसाव्या शतकापर्यंत, जिला आज 'सखोल सर्वंकष उपचारपद्धती' (intensive care) म्हणतात ती अस्तित्वात नव्हती. पण आज ती आहे. दयामरणाचा प्रश्न त्यामुळे गुंतागुंतीचा झाला आहे. इंग्लंडमध्ये दयामरणाला कायद्याने बंदी असल्याने रुग्णांचे नातेवाईक रुग्णाला स्वीडनसारख्या देशात, जेथे दयामरण कायदेशीर आहे, नेणे पसंत करतात. इंग्लिश कायद्याने यावर खासा उपाय काढला आहे. अशा तऱ्हेने दयामरणास मदत केल्याच्या आरोपावरून नातेवाइकाला दीर्घकाळ तुरुंगवासाची सजा इंग्लंडमध्ये होऊ शकते!

शपथ आणि शिक्षण

शपथेच्या मधल्या भागात वैद्यकीय विद्यार्थ्याने आपला गुरू व त्याचे कुटुंबीय यांच्याशी कायम ऋणी राहावे असा सल्ला दिला आहे. विद्यार्थ्याने आपल्या गुरूला मातापित्यासमान मानावे, आपल्या कमाईतील काही भाग गुरूला द्यावा, गुरूला आर्थिक साहाय्य करावे, त्याच्या कुटुंबीयांना आपले मानावे आणि गुरुपुत्राला, त्याची इच्छा असल्यास, विनामूल्य प्रशिक्षण द्यावे अशा सूचना दिल्या आहेत. रोमन कालखंडात शपथेला ख्रिस्ती स्वरूप मिळाले. त्यात गुरूविषयीचे सर्व उल्लेख गाळण्यात आले. त्याऐवजी गुरुपुत्राला प्रशिक्षण देण्यात कुचराई करू नये असा उल्लेख आला.

शपथेतील बदल

मूळ शपथेतील अनेक सूचना आज कालबाह्य झाल्यामुळे आधुनिक शपथेत त्यांना वगळण्यात आले आहे. मूळ शपथेत ग्रीक देवदेवतांना साक्षीदार केले होते. हल्लीच्या शपथेत त्यांचा उल्लेख नाही. गर्भवतीचा गर्भपात करणे व मरणासन्न रुग्णाला दयामरण देणे हे आता निषिद्ध मानले जात नाही. आश्चर्याची गोष्ट म्हणजे हिपोक्रॅटिसनंतरचा वैद्यकशास्त्रज्ञ क्लॉड गॅलेन याच्या लिखाणात शपथेचा नामोल्लेखही नाही. इतर बाबतीत हिपोक्रॅटिसला गुरू मानणाऱ्या गॅलेनची शपथेविषयीची मुग्धता लक्षणीय आहे. मध्ययुगीन युरोपात ग्रीक, रोमन व मुसलमानी वैद्यकीय क्षेत्रात कायद्याने किंवा रूढीने शपथ घेण्याची सक्ती नव्हती. काही ठिकाणी काही विद्यार्थी स्वखुशीने शपथ घेत असावेत.

मूळ शपथेत आता काही कलमांची भर पडली आहे. वंश, जात, राष्ट्रीयत्व, धर्म, लिंग व रुग्णाचा आर्थिक स्तर या गोष्टींना डॉक्टरने महत्त्व देऊ नये व कोणत्याही प्रकारचा भेदभाव करू नये. आधुनिक आचरसंहितेत डॉक्टरची रुग्णविषयक जबाबदारी, रुग्णाचे मतस्वातंत्र्य आणि त्याच्या विकाराविषयी माहिती मिळवण्याचा अधिकार यांना प्राधान्य मिळाले आहे. याचाच अर्थ असा होतो की शपथ अपरिवर्तनीय नव्हती. शपथ घेण्याची सक्ती नव्हती. सामाजिक बदलांचा प्रभाव शपथेवर व पर्यायाने वैद्यकीय व्यवसायावर पडलेला आढळतो.

एकोणिसाव्या शतकात अनेक देशांत सामाजिक व राजकीय फेरबदल झाले. शपथेतील परमेश्वरावरील निष्ठेच्या सूचना गाळण्यात आल्या. त्यांची जागा वैद्यकीय आचारसंहितेने घेतली. डॉक्टरने नैतिक दृष्टिकोणातून व स्वत:वर ताबा राखून समाजसेवेचे ध्येय ठेवावे हा आधुनिक शपथेचा गर्भितार्थ आहे. फ्रेंच

राज्यक्रांतीनंतर माँटपेलिए विद्यापीठात स्नातकांना हिपोक्रॅटिसच्या अर्धपुतळ्यासमोर उभे राहून लॅटिन भाषेत शपथ घ्यावी लागत असे. त्याचबरोबर राज्यातील कायदेकानूंचे यथायोग्य पालन करणे आणि वैद्यकीय व्यवसाय सन्मानाने करणे याविषयी ग्वाही द्यावी लागे. पॅरिस व स्ट्रॉसबर्ग येथील विद्यापीठांतही याच प्रकारची शपथ घेतली जाई. अमेरिकेतील विद्यापीठात घेतल्या जाणाऱ्या शपथेत नैतिक वर्तनावर भर होता. इ.स. १७७१ मध्ये फिलाडेल्फिया विद्यापीठातील प्रमुख जॉन मॉर्गन याने स्नातकांनी शपथ घेण्याची गरज नाही असे घोषित केले. पण इतर ठिकाणी शपथ घेण्याची प्रथा प्रस्थापित झाली. माँटपेलिए, लंडन व एडिंबरा विद्यापीठांत राजनिष्ठेच्या शपथा घेतल्या जात. एडिंबरात मूळ शपथेतील शेवटचा भाग समाविष्ट करण्यात आला. इ.स. १७५० पासून जर्मनीत घेतल्या जाणाऱ्या शपथेत राष्ट्र व विद्यापीठ यांवरील निष्ठा व वैद्यकीय आचारसंहिता या गोष्टी अंर्तभूत करण्यात आल्या.

इ.स. १८८० पासून हिपोक्रॅटिसचे माहात्म्य ओसरू लागले. शपथेतील विचार कालबाह्य होऊ लागले. नवीन स्थापन होणाऱ्या इंग्लिश व युरोपिअन विद्यापीठांत शपथ घेतली जात नसे. नव्या प्रकारची व येणाऱ्या काळाशी सुसंगत असणारी शपथ शब्दबद्ध करावी असा मतप्रवाह आला. याचे मुख्य कारण म्हणजे माणसाच्या डॉक्टरला गुरांच्या डॉक्टरपेक्षा कमी सेवामूल्य दिले जाई. मानवी वैद्यकाचा दर्जा गुरांच्या वैद्यकापेक्षा मोठा असल्याने अर्थार्जनावर तिचा भर नसावा अशी धारणा होती. हिपोक्रॅटिस डॉक्टरांच्या अर्थार्जनात अडथळा आणत होता.

शपथेची सुरुवात

शपथ औपचारिकपणे घेण्याचा प्रारंभ केव्हापासून झाला याचा शोध घेणे सोपे नाही. अनौपचारिकपणे ती कोठे ना कोठे घेतली जात असावी. आता युरोप-अमेरिकेत पदवीदान समारंभात ती औपचारिकरीत्या घेतली जाते. इ.स. १५०८ मध्ये जर्मनीतील विटेंबर्ग विद्यापीठात ती पहिल्यांदा घेतली गेली. इ.स. १५५८ मध्ये हायडेलबर्ग विद्यापीठात वैद्यकीय कर्मचाऱ्याने नेमणूक झाल्यावर महिन्याभरात शपथ घेणे व तिचे पालन करण्यास संमती देणे आवश्यक होते. जर्मनीतील जेना विद्यापीठातही शपथ घेण्याची सक्ती होती. ही सक्ती पुढील दोन शतके कायम राहिली. हिपोक्रॅटिसची नीतितत्त्वे आणि विद्यापीठ व स्वराष्ट्र यांच्यावरील निष्ठा शपथ घेऊन जाहीर करणे ही त्या काळची रूढी होती.

विसावे शतक

१९६० पासून इंग्लंड, युरोप व अमेरिकेत मूळ शपथेशी जुळणारी शपथ घेणे सुरू झाले. पण यात औपचारिकता व उत्सवप्रियता यांचा भाग अधिक होता. समारंभाने दिल्या जाणाऱ्या पदवीबद्दल तरुण विद्यार्थ्यांना आकर्षण होते. फक्त डॉक्टर्सच ही शपथ घेऊ शकतात; भोंदू व इतर प्रणालींच्या व्यावसायिकांहून प्रशिक्षित डॉक्टरांचे वेगळेपण जनमानसात ठसावे हा विचारही यामागे होता. शपथ हा धार्मिकतेला पर्याय होता. शपथ घेणाऱ्यांत एक प्रकारची एकात्मता निर्माण होते अशी श्रद्धा होती. विद्यापीठ व्यवसाय व डॉक्टर्स यांना बांधून ठेवणारे शपथ हे एक बळकट सूत्र होते.

आधुनिक काळात वैद्यकात शाखोपशाखा निर्माण होऊन वैद्यकाचे शकलीकरण (Fragmentation) होण्याच्या पार्श्वभूमीवर वैद्यक हे एकसूत्री शास्त्र आहे व त्याला नैतिक आधार आहे ही संकल्पना रुजवण्यास शपथेचा उपयोग होतो, हा विचार शपथ जाहीरपणे घेण्यामागे असावा.

वैद्यकीय नीतिशास्त्र (Medical Ethics) ही संज्ञा इंग्लिश वैद्यकतज्ज्ञ थॉमस पर्सिवल याने इ.स. १८०३ मध्ये प्रचलित केली. त्याने वैद्यकीय शिष्टाचार व सामाजिक बांधिलकी या विषयांचे सविस्तर विवेचन केले. आधुनिक काळातही वैद्यकीय नीतिशास्त्र रुग्णकेंद्रित असावे असा आग्रह असतो.

'हिपोक्रॅटिक कॉर्पस' हा ग्रंथ हिपोक्रॅटिसने स्वत: लिहिला आहे काय अशी शंका अनेकांनी व्यक्त केली आहे. शपथेचा उगमकाळ कोणताही असो, त्याचा कर्ता कोणीही असो, 'हिपोक्रॅटिसची शपथ' या शीर्षकाखाली झालेले लेखन उदात्त स्वरूपाचे आहे यात संदेह नाही. हिपोक्रॅटिसला आधुनिक वैद्यकाचा जनक मानण्यात येते. त्याने वैद्यकाला शास्त्रीय स्वरूप तर दिलेच, पण त्याचबरोबर वैद्यकीय व्यावसायिकांना नीतिमत्तेची जाणीव करून देऊन वैद्यकाला उदात्त पातळीवर नेले. हिपोक्रॅटिसचे हे कार्य चिरंजीव आहे.

प्रकरण २

वैद्यक आणि धर्मसत्ता

"God sends down no malady
Without also sending down with it a remedy."

— The Holy Koran

"In the discussion of natural problems we ought not to begin with the authority of scriptures, but with sensible experiments and necessary demonstrations."

— Galileo Galile

आदिम काळ

वैद्यकाचा जन्म होण्यापूर्वीदेखील माणसाला व्याधींना तोंड द्यावे लागत असे. अनाकलनीय अशा कोणत्यातरी पारलौकिक शक्तीमुळे माणसात व्याधी उद्भवतात हा समज अतिप्राचीन काळापासून आजपर्यंत चालत आला आहे. दुष्ट, अमानवी, दैवी शक्ती हवा, पाणी व अन्न दूषित करतात व माणसाच्या शरीरात प्रवेश करतात असाही एक समज आदिम काळात प्रचलित होता. दुष्ट अमानवी शक्तींचा पाडाव करण्यासाठी सृजनशील दैवी शक्ती असते असे समजणे ही त्यापुढील पायरी होती. ईश्वर या संकल्पनेचा जन्म यातून झाला. दुष्ट सैतानी शक्ती व सृजनशील परमेश्वरी शक्ती यांच्यातील सतत चालू असणाऱ्या संघर्षामुळे शारीरिक व्याधी उद्भवतात अशी आदिम मानवाची एक साधी व सोपी कल्पना होती.

शमान

फ्रान्समध्ये सतरा हजार वर्षांपूर्वीच्या गुंफांमधील भिंतींवर काढलेल्या अनेक चित्रांत प्राण्यांचे मुखवटे धारण केलेली माणसे आजारी माणसाजवळ नाचत आहेत अशी चित्रे आहेत. हे तत्कालीन डॉक्टर्स (वैदू) असावेत. त्यांना 'शमान' असे नाव मिळाले. आदिमकालीन मानवाला एकाच देवाकडून विविध व्याधींचे निराकरण होईल याची खात्री नसल्याने त्याने अनेक देवांकडे ही कामगिरी सोपवली. व्याधींवर मात करणे आणि रोजच्या जीवनात जन्म, मृत्यू, स्वास्थ्य आणि विकास यांवर नियंत्रण राखणे ही कामे देवांची होती. दगड, धोंडे, पक्षी, प्राणी यांना आदिम मानवाने देवत्व बहाल केले व त्यांची पूजा केली. इतिहासपूर्व काळातील ही पेगान (Pagan - मूर्तिपूजक) संस्कृती होती. आजही अनेक प्रदेशांत (तथाकथित प्रगत देशांतही) हे वैदू तग धरून आहेत. त्यांना आधुनिक काळात श्रद्धोपचारक (Faith healers) असे नाव मिळाले. महाराष्ट्रात त्यांना 'भगत' म्हणतात. मंत्र, तंत्र, जारणमारण, मंतरलेले ताईत, पशुबळी, नरबळी इत्यादी अघोरी उपचारांनी हे वैदू व्याधींचे निराकरण करतात.

आदिमकालीन शमान इतरांहून थोडासा वेगळा असायचा. असाधारण शारीरिक सामर्थ्य, शारीरिक व्यंग, अंधत्व अथवा उच्च दर्जाची बुद्धिक्षमता यांपैकी एखादा किंवा अनेक गुणविशेष वैदूकमध्ये असायचे. रोगनिवारणाचा जालीम कार्यक्रम दिवस-रात्र अशा तऱ्हेने चार दिवस चालायचा. धार्मिक विधियुक्त (Magico-religious) जादूटोणा, ताशे बडवून केलेला प्रचंड गोंगाट, सामूहिक प्रार्थना व काही वेळा रुग्णास शारीरिक क्लेश हे उपचारातील प्रमुख घटक असायचे. रुग्णास पूर्वी केलेल्या गुन्ह्यांची किंवा धर्मबाह्य वर्तनाची कबुली द्यावी लागे. पूर्वी गुन्हा केला नसल्यास पूर्वजन्मी केलेल्या पातकांना वेठीस धरले जाई. अनेक अघोरी उपाय करून शमान रुग्णाच्या शरीरातून सैतानाची हकालपट्टी करून रुग्णास व्याधीमुक्तीचे समाधान (!) देई.

प्राचीन वैद्यक

वैद्यकाचा इतिहास मानवी संस्कृतीच्या इतिहासाशी जोडलेला आहे. मेसोपोटोमिया, (आजचा इराक) इजिप्त, भारत व चीन या प्रदेशांतील नद्यांकाठच्या सुपीक खोऱ्यांत मानव स्थिरावला व शेती आणि शिकार करून उदरनिर्वाह करू लागला. मानवी संस्कृतीचा (civilization) उदय झाला. नद्यांकाठी वसवलेल्या शहरांमध्ये वसती करून राहणाऱ्या मानवसमूहाने आपल्यातील एकाला

राजा बनवून त्याला देवत्व बहाल केले. (राजा विष्णूसमान असतो ही कल्पना भारतामध्ये प्राचीन काळापासून आहे.) या शहरांमधील राज्यकारभार ब्राह्मणवर्गाच्या (पुरोहित) हाती असे. देवादिकांच्या मंदिरांतून पुरोहितवर्ग (Temple states) राज्यकारभार चालवत असे.

आदिमकालीन 'शमान' व मंदिरांतील 'पुरोहित' यांच्याकडे व्याधीनिवारणाचा मक्ता होता. इजिप्तमध्ये इम्होटेप, ग्रीसमध्ये अस्लेपिअस व त्याच्या कन्या हायजिआ आणि पॅनेशिआ या रोगोपचारकांची मंदिरे उभारण्यात आली. भारतवर्षात ब्रह्मा, विष्णू व महेश यांची मंदिरे उभारून तेथे ब्राह्मणवर्ग मंत्र, प्रार्थना, स्नान, पूजाअर्चा व क्वचित प्रसंगी वनौषधी वापरून रोगनिवारण करण्याचा प्रयत्न करत.

परमेश्वरी आज्ञेचा भंग केल्यामुळे माणसाच्या ललाटी दैन्य, दुःख, व्याधी व मृत्यू यांची नोंद झाली ही कल्पना बायबलमधली. आदिमकालीन समजुतीचा हा ख्रिस्ती आविष्कार होता. आदम व ईव्ह या आदिम स्त्री-पुरुषांनी मूळ (पहिले) पातक (Original Sin) केल्यामुळे त्यांच्यावर परमेश्वरी अवकृपा झाली असा उल्लेख बायबलमध्ये येतो. आपल्याकडील देव सत्यनारायण त्याची पूजा न केल्यास माणसावर संकटे आणतो ही कल्पना ब्राह्मणवर्गाने पोथ्यांच्या साहाय्याने प्रसृत केली व स्वतःच्या उपजीविकेची सोय केली. पाश्चात्त्य देशांत ग्रीस व इतर काही ठिकाणी देवादिकांच्या मंदिरांत (अस्लेपिअस, हायजिआ व पॅनेशिआ) एक रात्र काढल्यास रुग्ण व्याधीमुक्त होतो या अंधश्रद्धेचा फैलाव पुरोहितांनी शिस्तीत केला. हिपोक्रॅटिसने दिलेल्या शास्त्रीय वळणावरून वैद्यकाचा रथ पुरोहितवर्गाने फिरून धार्मिक रुळांवर आणला. इंग्रजीत सांगायचे झाल्यास, 'Hippocrates must have turned in his grave.' 'हेचि फल काय मम तपाला' असा विलाप भारतीय सुश्रुताचार्यांनी केला असता.

मध्ययुगीन पुरोहितशाही

असंस्कृत व रानटी आचारविचारांच्या राज्यकर्त्यांच्या काळातील मध्ययुगीन कालखंड युरोपच्या इतिहासातील तमोयुग मानला गेला आहे. शास्त्रीय वैद्यक या काळात कसेबसे तग धरून राहिले. रोममधील विद्वान देशोधडीला लागले व त्यांना ख्रिस्ती मठांचा आश्रय घेणे अपरिहार्य झाले.

पाचव्या शतकापासून बिझन्टाइन येथील रोमन सम्राटाने ख्रिस्ती धर्माचा अधिकृतपणे स्वीकार केला व ख्रिश्चन धर्मसत्तेने राजसत्तेवर अधिकार गाजवण्यास

प्रारंभ केला. वैद्यकावरील पकड ख्रिस्ती धर्ममार्तंडांनी घट्ट केली. सर्वसामान्य जनतेवर प्रभाव टाकण्याचा तो एक खात्रीचा मार्ग होता. पाप, पुण्य, मोक्ष, स्वर्ग, नरक, ईश्वर व सैतान या पारलौकिक कल्पनांचा वैद्यकात फिरून शिरकाव झाला. हिपोक्रॅटिस विस्मृतीत गेला. मानवापेक्षा आत्म्याला महत्त्व आले. अनेक संतमहंतांनी शास्त्रीय वैद्यकाची हेटाळणी केली. संत बर्नार्डने म्हटले, 'औषधोपचारांसाठी वैद्यकाचा आधार घेणे धर्मबाह्य व अपवित्र आहे.' रोगोपचार फक्त धर्मगुरूंकडून करून घ्यावेत असा फतवा चर्चने काढला.

वैद्यक व्यवसाय प्रारंभी ज्यू धर्मीयांच्या हाती होता. रुग्णांनी त्यांच्याकडे जाण्यास ख्रिस्ती मठाधिपतींनी बंदी घातली. मरणोन्मुख रुग्णाच्या आत्म्याला शांती मिळण्यासाठी धर्मोपदेशकाची गरज आहे, डॉक्टरची नाही अशी धर्मगुरूंची धारणा होती. तरीही अनेक धर्मगुरू रुग्णांना वनौषधी देत. त्यांचे लक्ष धार्मिक कृत्यांवरून उडून जाऊ नये व त्यांनी वैद्यक व्यवसायात गुंतून राहू नये यासाठी औषधांचा मोबदला घेण्यास त्यांना मनाई करण्यात आली.

ज्यू धर्मीयांचा 'जुना करार' व 'तालमुड' या धर्मग्रंथांतील शिकवणीनुसार परमेश्वर (जेहोआ) हा एकमेव रोगोपचारक असल्याने रुग्णांनी कोणत्याही प्रकारचे औषधोपचार न घेता परमेश्वरास शरण जाऊन व्याधीमुक्तीसाठी त्याची करुणा भाकावी असा समज दृढमूल करण्यात आला. कुष्ठरोग हा परमेश्वरी शाप आहे ही कल्पना तमोयुगात बळकट झाली. रक्त हे आत्म्याचे व श्वास हे चैतन्याचे वस्तिस्थान आहे अशी धार्मिक कल्पना होती. धर्मगुरूंचा शारीरिक शुद्धीवर कटाक्ष असे. वैयक्तिक स्वच्छता, सार्वजनिक स्वच्छता व संभोगक्रिया यांवर नियंत्रण राखणारे नियम चर्चने जारी केले.

नवा करार

ख्रिश्चन धर्मीयांचा 'नवा करार' (New Testament) या धर्मग्रंथात अनेक आरोग्यविषयक सूचना आहेत. देवदूतांचा हस्तस्पर्श (Divine touch) झाल्यावर व्याधीमुक्ती मिळते या कल्पनेचे पुनरुज्जीवन झाले. पक्षाघात झालेल्या एका रुग्णाला त्याच्या पापांची येशूने क्षमा करून त्याला स्पर्श केल्यावर तो हिंडूफिरू लागल्याची कथा बायबलमध्ये आहे. धर्मगुरूने परमेश्वराचे नामस्मरण करून रुग्णाला तैलस्नान घातल्यावर तो व्याधीमुक्त होतो ही अंधश्रद्धा बळावली. देहदंड सोसून मुक्ती मिळवण्याचा अट्टहास कॅथलिक पंथात होता. थेरेसा मार्टिन या जोगिणीला तरुण वयात क्षयाची भावना झाली असता 'मला देहदंड सोसण्यात

परमानंद मिळत आहे' असे तिने उद्गार काढले. बायबलमध्ये येशू व त्याची आई मेरी यांनी चमत्कार करून रोग्यांना व्याधीमुक्त केल्याचे पस्तीस उल्लेख आहेत.

ख्रिस्ती मठांत आजाऱ्याच्या शुश्रूषेला महत्त्व दिले जाई. कारण रुग्णसेवा म्हणजे येशूची सेवा अशी श्रद्धा होती. ख्रिस्ती मठांत अपंग व यात्रेकरू यांच्यासाठी शुश्रूषालये होती. ख्रिस्ती संतांना या काळात अतोनात महत्त्व मिळाले. अस्लेपिअस या देवाची जागा डेमिअस व कॉसमॉस या संतांनी घेतली. त्यांच्या खात्यात तुटलेल्या पायाच्या पत्यारोपणाची शस्त्रक्रिया जमा आहे!

अनेक संत निरनिराळ्या रोगांचे खास तज्ज्ञ मानण्यात आले. एरिसिपेलास (Erysipelas) या विकाराला St. Anthony's fire असे नाव मिळाले. संत अँथनी या विकारावर नियंत्रण राखत असे अशी कल्पना होती. साथीच्या रोगांसाठी संत सेबास्टिअन, कंपवातासाठी संत व्हायटस, फुप्फुसविकारांसाठी संत बर्नाडिन, दातदुखीसाठी संत ॲपोलोनिआ व सुलभ प्रसूतीसाठी संत मार्गारेट या संतसंतिणींच्या नामस्मरणाने रुग्णास व्याधीमुक्ती मिळते अशी सर्वसामान्यांची श्रद्धा होती. आजही काही स्थळे अशा प्रकारच्या वैद्यकीय संतांसाठी प्रसिद्ध आहेत. भाविकांची तिथे गर्दी होते. विशिष्ट संताच्या चर्चमध्ये जाऊन तिथे असंख्य भाविक रुग्ण आपल्या विकारग्रस्त अवयवांच्या प्रतिकृती संताला अर्पण करतात. यामुळे आपण व्याधीमुक्त होऊ अशी त्यांची श्रद्धा असते.

अपस्मार (Epilepsy) हा दैवी प्रकोप आहे ही अंधश्रद्धा पुन्हा जिवंत झाली. हिपोक्रॅटिसने सांगितलेली अपस्माराची कारणपरंपरा विस्मृतीत गेली. अपस्मारासाठी मिस्टलटो (Mistletoe) या वनस्पतीची वेल रुग्णाच्या शरीराभोवती गुंडाळण्यात येऊ लागली. इंग्लंडचा राजा दुसरा एडवर्ड याचा राजवैद्य जॉन याने अपस्मारासाठी बायबल वाचावे व मंतरलेला ताईत आणि सफेद कुत्र्याचा केस रुग्णाला बांधावा अशी शिफारस केली.

ख्रिस्ती मठ

इ.स. ६०० च्या सुमारास फ्रान्स, आयर्लंड व जर्मनी येथे अनेक ख्रिस्ती मठांची स्थापना झाली. प्रत्येक मठाला जोडून वनौषधींची बाग व अपंगालये असत. तेथील धर्मगुरू फावल्या वेळात वैद्यकीय व्यवसाय करत. त्यांनी उपचारात दैवी कल्पनांना प्राधान्य दिले. काहींनी ग्रीक वैद्यकातील काही प्रथा चालू ठेवल्या. त्या काळात आजार बरा होणे हा संतांनी केलेला चमत्कार मानला जाई. संत हिल्डेगार्ड हिने मात्र धार्मिक कल्पनांत थोडासा बदल करण्याचा प्रयत्न केला.

सैतानाचा पाडाव करण्यासाठी भौतिक उपायांनी शरीर सुदृढ राखले पाहिजे व त्यासाठी डॉक्टरांची मदत घेण्यास हरकत नाही असा सुवर्णमध्य तिने काढला. इ.स. ११३० मध्ये धर्मगुरूंनी रोगोपचार करण्यास चर्चने बंदी घातली. (याअगोदर औषधोपचारांचा मोबदला घेण्यासाठी बंदी होती.)

इंग्लंडमधील प्रख्यात डॉक्टर धर्मगुरू बेदे याच्या ग्रंथात मंत्र, मंतरलेले ताईत, सर्प कीटक, ड्रॅगन, एल्फ (पौराणिक बुटके) यांनी मारलेले बाण यांचे उल्लेख आहेत. संत बाल्ड व संत सिल्ड यांनी आपल्या 'लीच बुक' (Leech Book) या ग्रंथात स्थानिक (Local) स्वरूपाच्या उपचारांवर भर दिला. माणसांचे आजार प्राणी व वनस्पती यांना बहाल करण्याचे तंत्र त्यांना अवगत होते, असा त्यांचा दावा होता.

काही ख्रिस्ती मठांत ग्रीकांचे वैद्यकीय ग्रंथ जतन करण्याचे कार्य झाले. गॅलेनिक परंपरा चालू ठेवण्याचा प्रयत्न बिझन्टाइन (Byzantine) राज्यात झाला. राज्याची शकले उडाल्यावर पश्चिमेकडील राज्यात हिपोक्रॅटिक कॉर्पसची लॅटिन भाषांतरे व गॅलेनचे ग्रंथ वाचण्याच्या सूचना धर्मगुरू विद्यार्थ्यांना देत असत. वैद्यकाचे प्रशिक्षण फक्त वाचन करून होते यावर धर्मगुरूंचा विश्वास होता. प्रत्यक्ष प्रयोग किंवा शवविच्छेदने करण्याची मुभा नव्हती.

इ.स. ५२९ मध्ये इटलीतील माँटे कॅसिनोच्या ख्रिस्ती मठात एक विद्यापीठ होते. तेथील ग्रंथसंग्रहालयात ग्रीकांच्या वैद्यकीय ग्रंथांचे सारांश, आर्चबिशप आल्फान्सो कॅनस्टॅनटिनोपल याने 'Pregnon Physician' या ग्रंथात गॅलेनचे विचार, नाडीपरीक्षा आणि शरीरद्राव (Humors) यांचे माहात्म्य वर्णिले. कॉनस्टॅनटिनस आफ्रिकॅनस या माँटे कॅसिनो येथील धर्मगुरूने गॅलेनच्या काही ग्रंथांचे लॅटिनीकरण केले. या भाषांतरामुळे हिपोक्रॅटिसच्या विचारांची गॅलेनकृत मीमांसा व त्यावर अरबांनी केलेले संस्कार यांची ओळख लॅटिन भाषिकांना झाली.

रुग्णालये

मध्ययुगात युरोपात अनेक रुग्णालयांची स्थापना झाली ही आश्चर्याची गोष्ट मानावी लागेल. मूर्तिपूजक ग्रीक व रोमन यांनी रुग्णालये बांधल्याचे पुरावे नाहीत. भारतातील बौद्ध मठांत व युरोपातील ख्रिस्ती मठांत रुग्णांसाठी शुश्रूषालये होती. या दोन्ही धर्मांत करुणा व अपंगांची सेवा यांवर कटाक्ष असल्याने हे झाले असावे. रुग्णालयात रुग्णांना ठेवण्याची पद्धत सर्वप्रथम इटलीत आली. इ.स. ११८१ मध्ये जेरूसलेम येथील रुग्णालयात रुग्णांना प्रवेश द्यावा असा आदेश सेंट जॉर्ज चर्चच्या

प्रमुखाने दिला. प्रारंभी रुग्णालयांची शासकीय व्यवस्था चर्चप्रमुख पाहत.

इंग्लंडमध्ये आठव्या हेन्रीने बहुतेक सर्व कॅथलिक मठ निकालात काढले. मध्ययुगीन इंग्लंडमध्ये रुग्णालय हे मुख्यत: धार्मिक स्थळ असायचे. तेथे आल्यागेल्यांचे स्वागत व्हायचे. यात्रेकरूंचे आतिथ्य करणे व त्यांच्या गरजा भागवणे हे रुग्णालयांचे प्रमुख कर्तव्य होते. Hospital हा शब्द Hospiece या लॅटिन शब्दावरून आला आहे. त्याचा अर्थ 'यजमान, पाहुणे' असा आहे. तेथे यात्रेकरू व रुग्ण यांच्याबरोबर अपंग व वृद्ध यांचीही देखभाल होत असे. काही रुग्णालयांत कुष्ठरोग्यांवर इलाज केले जात. इलाजांचे स्वरूप धार्मिक असायचे. ही रुग्णालये शहरापासून दूर अंतरावर असत.

रुग्णालयात प्रार्थनेला महत्त्व असायचे. डॉक्टर किंवा शल्यतज्ज्ञ यांचा रुग्णांशी फारसा संबंध येत नसे. अनेक जोगिणी (Nuns) तेथे स्वखुशीने कामे करत. या जोगिणी प्रतिष्ठित व धनिक कुटुंबांतील असत. त्यांना Sisters म्हटले जाई. ख्रिश्चन, यवन व ज्यू यांची रुग्णालयांत वेगवेगळी व्यवस्था असे. प्लेगच्या साथीनंतर रुग्णालयातील धार्मिक पंक्तिप्रपंच नष्ट झाला. ही घटना ट्यूडर राज्यकर्त्यांच्या काळातली. रुग्णालयांत अपंग, कुमारी माता, अनाथ स्त्रिया यांनाही आश्रय मिळे.

युरोपमधील धर्मयुद्धांमुळे (Crusades) रुग्णालयांच्या उभारणीला चालना मिळाली. Knights of St. John Knight Templers, Tutonic knights या लष्करी संघटनांनी भूमध्य समुद्रानजीकच्या प्रदेशांत व जर्मन भाषक प्रदेशांत रुग्णालये बांधली.

मध्ययुगाच्या उत्तरार्धात ग्रीक वैद्यकातील निरीक्षणे, सिद्धान्त आणि औषधयोजना यांची वारंवार उजळणी झाली. व्याधीमुक्तीसाठी संतसंतिणींची मदत घेण्यात आली. ख्रिस्ती धर्मानुसार रुग्णाचे रक्त सांडणे निषिद्ध मानले गेल्यामुळे शल्यतंत्राची (Surgery) पीछेहाट झाली. डॉक्टरांच्या हातातून शल्यतंत्र निसटले. कारण बहुतेक वैद्यकतज्ज्ञ धर्मगुरू होते. गॅलेनच्या काळापासून अंतर्गत विकारविज्ञान (Internal Medicine) व शल्यतंत्रविज्ञान (Surgery) यांची फारकत होण्यास सुरुवात झाली. मध्ययुगीन धर्मगुरूंनी त्यावर शिक्कामोर्तब केले.

शवविच्छेदन

आधुनिक विकारविज्ञानाचा (Medicine) पाया शवविच्छेदनावर आधारलेला आहे. विकृतिशास्त्राची (Pathology) उभारणीदेखील शवचिकित्सेवर (Post

Mortem) झाली आहे. पण जगातील सर्वच धर्मांत देहाची चिरफाड करणे हे धर्मबाह्य कृत्य मानले गेले आहे. शवविच्छेदनाला धर्मसत्तेची अनुमती नसल्याने सर्वच वैद्यकप्रणालीत अनेक शरीररचनाविषयक संकल्पना चुकीच्या होत्या. मध्ययुगात शवविच्छेदनावरील बंदी उठवण्यात आली, हे एक आश्चर्यच म्हणावे लागेल.

सार्वजनिक आरोग्य

दैवी प्रकोप, वाईट ग्रह, साचलेले पाणी, कचऱ्याचे ढीग, कुजणारी प्रेते, रुग्णांचे उच्छ्वास यांमुळे दूषित झालेले वातावरण यांच्याबरोबरीने ज्यू धर्मीयांनी केलेली अपकृत्ये या कारणांनी प्लेगची साथ येते अशी समजूत तेव्हा प्रसृत झाली. प्लेगच्या विकारावर कोणताच उपाय नव्हता. प्लेगग्रस्तांना अलग करण्यात येई. धार्मिक मिरवणुका काढणे, संतांची करुणा भाकणे, धार्मिक यात्रांना जाणे, पवित्र तेलाने स्नान घालणे या धार्मिक प्रथा साथीत पाळल्या जात.

प्लेगच्या साथीनंतर सामूहिक उन्मादाच्या घटना (Mass hysteria) घडत. ज्यू धर्मीयांना जिवंत जाळणे, त्यांच्या वसाहती नष्ट करणे, स्वत:ला चाबकाचे फटके मारत रस्त्यारस्त्यांतून मिरवणुका काढणे, भर रस्त्यावर सामुदायिक नाच करणे अशा प्रकारचे सार्वजनिक वेडाचार घडू लागले. या सर्वांचा रोख ज्यू धर्मीयांविरुद्ध असायचा. शेवटी सहावा क्लेमंट या पोपने सार्वजनिक मिरवणुका काढण्यास बंदी घातली. व्हेनिसच्या बिशपने चर्चमध्ये सभा घेणे, मेजवान्या झोडणे, मिरवणुका काढणे थांबवले. काही चर्चेसना टाळी ठोकण्यात आली.

मनोविकार

आकाशस्थ चंद्र माणसाला वेड लागण्यास कारणीभूत असतो अशी मध्ययुगीन समजूत होती. जारणमारण, सैतानाचा शरीरात शिरकाव या प्राचीन धर्मकल्पना मध्ययुगात कायम होत्या. वेड लागणे ही दैवी कृपा आहे असेही मत होते. अनेक ठिकारी मनोरुग्णांना 'पवित्र' मानले जाई. त्यांच्यात परमेश्वरी अंश असतो अशी अंधश्रद्धा होती. तर मनोरुग्णांना जग उलटे दिसते असे काहींना वाटे. मनोविकार म्हणजे सैतानाचा शरीरात प्रवेश असा अनेक धर्मगुरूंचा समज होता. सैतान स्त्रियांच्या शरीरात सहजपणे प्रवेश करतो असा सार्वत्रिक समज होता. स्त्री-मनोरुग्णांना चेटकिणी समजून त्यांना जिवंत जाळण्याची प्रथा होती.

इ.स. १४८९ मध्ये रोमन कॅथलिक चर्चने चेटकिणींना छळ करून ठार मारावे

असा फतवा काढला. बायबलमधील "Thou shall not suffer a witch to live' या वचनाच्या आधारे हा फतवा निघाला होता. "Hammer of Witches' या चोपड्यात चेटकिणींना कसे ओळखावे यावर विवेचन होते. तीनशे वर्षे हा धार्मिक वेडाचार चालू राहिला. पन्नास हजार स्त्रियांना अशा प्रकारे जाळल्याचे उल्लेख आहेत. नेदरलँडमधील जोहान्स वेयर या डॉक्टरने या प्रथेविरुद्ध प्रथम आवाज उठवला.

इंग्लंडमधील किंग्ज लिन या नॉरफोक परगण्यातील शहरात मार्जोरी केम्प या धनाढ्य स्त्रीला मानसिक विकृती जडली व ती वेडाचार करू लागली. तिने जेरूसलेम रोम येथे तीर्थयात्रा केल्या व स्वत:ला आलेले पारलौकिक अनुभव ग्रंथबद्ध केले. इ.स. १४२३ मध्ये तिने 'The Book of Marjori Kemp' हे आत्मवृत्त लिहिले. मानसिक आजार व धार्मिक श्रद्धा यांमधील अस्पष्ट सीमारेषा या आत्मवृत्तात प्रतीत झाल्या होत्या. अनेक श्रद्धाळूंना मार्जोरीमध्ये परमेश्वराचा साक्षात्कार झाला.

पंधराव्या शतकात कॅथलिक चर्चने आपला मोहरा प्रसूती करणाऱ्या दायांकडे वळवला. अनेक धर्ममार्तंडांनी त्यांच्यावर भ्रूणहत्या करण्याचे आरोप केले. स्त्री-डॉक्टरांविरुद्ध असे आरोप झाले नाहीत.

संत हिल्डेगार्ड

हिल्डेगार्ड या स्त्रीला तिच्या कुटुंबीयांनी जोगीण करण्यासाठी तिला नवव्या वर्षापासून चर्चमध्ये पाठवले. तेव्हापासून तिला दैवी साक्षात्कार होऊ लागले. पुढे ती एका चर्चची प्रमुख झाली व रोगोपचार करू लागली. तिने 'Book of Single Medicine' हे पुस्तक लिहिले. त्यात वनस्पती, खनिजे, दगड व प्राणिजन्य पदार्थ यांचे रोगोपचारातील महत्त्व वर्णन केले होते. युनीकॉर्न (Unicorn) या एकशिंगी घोड्याचे यकृत व सिंहाचे हृदय यांचा कुष्ठरोग्यांना उपयोग होतो असा तिचा दावा होता.

अरबी वैद्यक

अरबी वैद्यकात अमानवी कल्पनांचा सुकाळ होता. मांत्रिक व अंतर्ज्ञानी (?) फकीर अमानवी दुष्ट शक्तींचा पाडाव करू शकतात अशी श्रद्धा होती. वैद्यकीय शिक्षण गुरूकडे होई. रुग्णालयात किंवा मशिदीत शिक्षण दिले जाई. शवविच्छेदनाला कुराणाची मान्यता नव्हती. शरीररचनेच्या कल्पना चुकीच्या

होत्या. उपचारकांनी (हकिमांनी) सार्वजनिक स्वरूपाची कामे करावी अशी अपेक्षा असे.

रुग्णालयांना महत्त्व होते. बहुधा ख्रिस्ती मठांचे अरबांनी अनुकरण केले असावे. इ.स. ८०५ मध्ये बगदादमध्ये पहिले रुग्णालय स्थापन झाले. त्यानंतर स्पेनपासून भारतापर्यंत मुस्लीम अंमल असलेल्या प्रदेशांत चौतीस रुग्णालये उभी राहिली. इ.स. १२८३ मध्ये कैरोमध्ये स्थापन झालेल्या रुग्णालयात कोणत्याही धर्माच्या रुग्णाला प्रवेश मिळत असे. रुग्णालयात औषधालय, वाचनालय, सभागृह, मशीद व ख्रिस्ती प्रार्थनास्थळ असे विभाग असत. मनोरुग्णांची चांगली देखभाल करावी या कुराण वचनानुसार अरबी जगतात वेगळी मनोरुग्णालये होती. मनोरुग्णालयाला 'मरीस्तान' म्हटले जाई.

सातव्या-आठव्या शतकात इस्लाम या एकेश्वरी पंथाचे (Cult) रूपांतर औपचारिक धर्मात (Religion) झाले. इस्लाममध्ये अनेक कर्मकांडे आली. पैगंबराच्या विचारांप्रमाणे (Hadith) वर्तन करण्याची सक्ती झाली. पैगंबराच्या लाळीने व्याधी बऱ्या होतात; वाईट नजर (Evil Eye) ही खरीखुरी व्यक्ती आहे; मक्केतील झॅमझॅम येथील पाणी व्याधीहारक आहे; प्रसूतीच्या वेळी कुराणातील वचने पाठीवर लिहावीत व ती पाण्याने स्वच्छ करून ते पाणी आसन्नप्रसव स्त्रीस प्यायला दिल्यास तिची प्रसूती सहजपणे होते अशा प्रकारच्या धार्मिक समजुती बोकाळल्या. प्लेगची साथ अल्लाच्या अवकृपेमुळे येते पण अल्ला न्यायी व दयाळू असल्याने तो त्यावरील उपायही पृथ्वीवर पाठवतो असा विश्वास फकीर व मौलवी रुग्णांना देत असत. मध गुणकारक आहे, नमाज पढण्यापूर्वी स्नानाने देहशुद्धी करावी असे उल्लेख कुराणात येतात. जीनी (Genie) ही दुष्ट देवता व्याधी उत्पन्न करते असा समज होता.

धर्मसत्तेचा ऱ्हास

मध्ययुगीन तमोपर्वानंतर युरोपमध्ये जागृतीपर्व (Renaissance) उजाडले. मध्ययुगीन मरगळ झटकून नवविचारांचे मोहोळ उठले. युरोप व इंग्लंडमध्ये सार्वजनिक वैद्यकीय संस्था स्थापन झाल्या. त्यांना शासकीय मान्यता मिळाली. वैद्यकात शास्त्रीय विचारसरणीचा प्रवेश झाला. धर्मसत्तेच्या ऱ्हासास सुरुवात झाली.

इंग्लंडमध्ये आठवा हेन्री व सहावा एडवर्ड या बादशहांनी धर्मसुधारणेच्या नावाखाली इंग्लंडमधील ख्रिस्ती मठ बंद केले. त्यामुळे या मठांशी संलग्न असणारी रुग्णालयेही बंद पडली. याला काही अपवाद होते. उर्वरित रुग्णालयांचे

अधिकार धर्मगुरूंकडून काढून घेण्यात आले व ते स्थानिक अधिकाऱ्यांकडे सुपूर्द करण्यात आले. वैद्यकावरील धर्मसत्तेची पकड ढिली पडण्याची ही सुरुवात होती.

अठराव्या शतकात वैद्यकात अनेक नवीन संकल्पना आल्या. वादविवाद झडू लागले. शरीर हे यंत्र आहे असे म्हणणारे यंत्रवादी (Mechanists) आले. हर्मन बोअरहॅव हा जर्मन शल्यतज्ज्ञ यंत्रवादी होता. याउलट आत्मिक पंथाचे पुरस्कर्ते (Pneumatists) आत्मा ही परमेश्वराने माणसाला दिलेली देणगी आहे व तोच शरीराचे नियंत्रण करतो असे प्रतिपादन करू लागले. जॉर्ज अर्न्स्ट डाल हा या पंथाचा खंदा पुरस्कर्ता होता. त्याअगोदर सतराव्या शतकात रीनी डी कार्टे या फ्रेंच शास्त्रज्ञाने द्वैतवादाचा पुरस्कार केला. मानवी शरीर जरी यंत्रासारखे असले तरी त्यावर मन व बुद्धी यांचे नियंत्रण असते असा त्याचा सिद्धान्त होता. (Cartesian dualism) चैतन्यवादाचे पुरस्कर्ते (Vitalists) शरीरातील 'चैतन्य' या शक्तीचे पुरस्कर्ते होते. थिओफिल डी बोर्डिओ हा या पंथाचा पुरस्कर्ता होता. शरीरातील प्रत्येक इंद्रियात चैतन्यरस (Vital Force) असतो व तो रक्तात उतरतो असे त्याचे प्रतिपादन होते. वैद्यकाने आता वळण घेतले होते व ते शास्त्रीय मार्गाकडे जाऊ लागले होते.

तर्कशुद्ध विचार, बौद्धिक प्रगती आणि ऐहिक सुख-समाधान ही अठराव्या शतकाची वैशिष्ट्ये होती. फ्रान्समधील राज्यक्रांती व इंग्लंडमधील औद्योगिक क्रांती या दोन घटनांमुळे युरोपचा चेहरा बदलला. हर्मन बोअरहॅव, स्टीफन हेल्स, आल्ब्रेख्त फॉन हॉलर, अँटॉइन लव्हॉयझे, जिओवनी मॉरगॅग्नी, फ्रँकॉइस बिचे या युरोपीय वैद्यकतज्ज्ञांनी धर्मसत्तेची मृत्युघंटा वाजवून आधुनिक वैद्यकाला निश्चित असे वैज्ञानिक रूप दिले.

पर्यायाने वैद्यकावरील धर्मसत्तेची मगरमिठी सुटू लागली. विज्ञानाने अनेक वैद्यकीय समस्या सुटतात हे लक्षात आल्यावर व त्याचप्रमाणे विज्ञानामुळे ऐहिक जीवन सुखासमाधानाचे होते हे समजल्यावर सर्वसामान्यांचा पारमार्थिक गोष्टींवरील विश्वास उडू लागला. इहवादाने (Materialism) जीवनाची बहुतेक क्षेत्रे पादाक्रांत केली. वैद्यकक्षेत्र याला अपवाद नव्हते. वैद्यकावरील धर्मसत्तेचा प्रभाव अठराव्या-एकोणिसाव्या शतकांत संपूर्णपणे लुप्त झाला. विसाव्या शतकातील विज्ञानातील अद्‌भुत प्रगतीमुळे वैद्यक पूर्णपणे शास्त्राधारित झाले व पुरावाधिष्ठित (Evidence based) वैद्यकाने धर्माधिष्ठित वैद्यकाचा पूर्णपणे पराभव केला.

(आधार : वैद्यकाची यशोगाथा, चंद्रकांत वागळे, राजहंस प्रकाशन, २००५)

प्रकरण ३

चिकित्सात्मक वैद्यकाचा अस्त

"Concern for man himself and his fate must always form the chief interest of all technical endeavours."

— Albert Einstein

"Doctor treats a patient, not a disease."

— Sir William Withey Gull

"This is all very fine, but it won't do. Anatomy, Botany, nonsense sir ! I know an old woman in Covent Gardens, Who understands Botany better and as for Anatomy, my butcher can dissect full and well; Now young man all that is stuff. You must go to the bedside, it is there alone you can learn disease."

— Thomas Sydenham

"My recommendation is that the doctor should be plainly and unmistakably a humanist."

— Robertson Davies

Clinical Medicine या इंग्रजी वैद्यकीय संज्ञेचे मराठीतील स्वैर रूपांतर चिकित्सात्मक/निरीक्षणात्मक वैद्यक असे होईल. कोणत्याही प्रकारच्या तांत्रिक साधनांची मदत न घेता केवळ पंचेंद्रियांच्या मदतीने केलेली शारीरिक तपासणी आणि स्वत:चे बुद्धिकौशल्य वापरून व विकाराचे निदान करून रुग्णाला मानसिक आधार देत त्याच्यावर केलेले उपचार असा विस्तृत अर्थ या संज्ञेत अध्याहृत आहे. हिपोक्रॅटिसपूर्व वैद्यकावर जादूटोणा, जारणमारण करणारे वैदू व नंतर धर्मशास्त्र जाणणारा पुरोहितवर्ग यांचा प्रभाव होता. माणसाचे आरोग्य व अनारोग्य कोणत्यातरी अनाकलनीय पारलौकिक शक्तीकडे म्हणजेच परमेश्वराकडे आहे असा समज पुरोहितांनी जाणूनबुजून रुजवला व वैद्यकाचा ताबा घेतला.

हिपोक्रॅटिस या ग्रीक वैद्यकतज्ज्ञाने वैद्यकातील धर्मसत्तेचे अवडंबर काढून टाकण्याचा प्रयत्न केला. मानवी अनारोग्याला कारणीभूत ठरणारे घटक माणसाच्या शरीरात व त्याच्या भोवती असलेल्या परिसरातच असतात असे त्याने निग्रहाने सांगितले. पंचेंद्रियांचा उपयोग करून विकारांचा शोध घ्यावा ही संकल्पना हिपोक्रॅटिसने सर्वप्रथम मांडली. Clinical Medicine या संकल्पनेचा जनक हिपोक्रॅटिस होता. त्याच्या संकल्पनेचे नामकरण विसाव्या शतकात झाले. हिपोक्रॅटिसने तिला 'निसर्गनिरीक्षण' (observation of Nature) असे नाव दिले. विकारलक्षणांची सविस्तर माहिती (History taking) करून नंतर रुग्णाची काळजीपूर्वक शारीरिक तपासणी करण्याला त्याने प्राधान्य दिले. स्वत: बारकाईने निरीक्षण करून त्याने अनेक रोगलक्षणे (symptoms) प्रकाशात आणली. त्याचा सर्व भर निरीक्षण आणि रुग्णाशी संवाद यांवर होता. History आणि Inspection ही त्याच्या रुग्णतपासणीची दोन अंगे होती.

रुग्णाचे शरीर हाताने चाचपणे (Palpation), शरीराच्या विशिष्ट भागांवर बोटांनी आघात करून उद्‌भवणारे ध्वनी ऐकून विकाराचा अंदाज घेणे (Percussion) व छाती आणि पोट या भागांतून ऐकू येणारे सामान्य (Normal) व असाधारण (Abnormal) ध्वनी ऐकणे (Auscultation) व शेवटी शारीरिक तपासणीत आढळलेल्या चिन्हांतून (Signs) विकाराचे निश्चित स्वरूपाचे निदान (Diagnosis) करणे या संकल्पना नंतर विकसित झाल्या.

सतराव्या शतकापर्यंत रुग्णतपासणीची हीच पद्धत प्रचलित होती. हिपोक्रॅटिसच्या 'निसर्गनिरीक्षण' या संकल्पनेला उजाळा देण्याचे काम इंग्लिश तज्ज्ञ थॉमस सिडनहॅमने केले. त्याला English Hippocrates असे नाव मिळाले. 'Young man go to the bedside. There alone you will know the disease' हे सिडनहॅमचे उद्गार वैद्यकीय इतिहासात अमर झाले. सिडनहॅमने केवळ निरीक्षण करून अनेक विकारांची लक्षणे प्रकाशात आणली. त्याच्या प्रतिपादनाचा प्रभाव पडून त्यानंतर अनेक वैद्यकतज्ज्ञांनी विकारलक्षणे व विकारचिन्हे यांची नोंद केली. Percussion चे तंत्र लिओपोल्ड ओवेनब्रुगरने प्रचलित केले.

अँटनी लेवनहक याने सूक्ष्मदर्शक यंत्राचा शोध लावला व वैद्यकात तंत्रज्ञानाची पहाट झाली. चर्मचक्षूंना अदृश्य असणाऱ्या अनेक गोष्टी सूक्ष्मदर्शकाने दृष्टीच्या टप्प्यात आणल्या व माणसाची नजर सूक्ष्म स्तरापर्यंत पोचली. ॲरिस्टॉटलच्या 'See better know better' या वचनातील सत्यता सूक्ष्मदर्शकाने सिद्ध केली. वैद्यकीय क्षितिज विस्तारले. अँटनी लेवनहकला जिवंत सूक्ष्म जीव (Microbes) दिसले. पण ते रोगजनक असतात हे त्याला कळणे अशक्य होते. त्याने या सूक्ष्मजीवांचा उल्लेख Animalcules असा केला. त्यानंतर दोनशे वर्षांनी लुई पाश्चरने आपला अजरामर जंतुसिद्धान्त (Germ Theory) मांडला. रीनी लॅनेक या फ्रेंच तज्ज्ञाने स्टेथोस्कोपचा शोध लावला.

तंत्रज्ञानाच्या मदतीने वैद्यकाचा आवाका विस्तारतो हे सत्य समजण्याची ही सुरुवात होती व आश्चर्याची गोष्ट ही की त्याची मुहूर्तमेढ अँटनी लेवनहक या सामान्य कापडविक्याने रोवली होती. थर्मामीटर, स्टेथोस्कोप व रक्तदाबमापक या आज अतिसामान्य वाटणाऱ्या साधनांनी डॉक्टरांचे काम सुलभ केले होते. एकोणिसावे शतक संपताना अनेक रोगकारक सूक्ष्मजीवांचा शोध लागला. या सर्वांवर कळस म्हणून की काय विल्हेल्म रॉंटजेन या जर्मन शास्त्रज्ञाने क्ष-किरणांचा शोध लावून मानवी शरीर पारदर्शक बनवले. हिपोक्रॅटिसच्या Clinical Medicine या संकल्पनेला आता हादरे बसण्यास सुरुवात झाली.

तंत्रज्ञानाचा उपयोग करून विकारांचे ज्ञान थोड्या कालावधीत समजते हे लक्षात आल्यावर वैद्यकात रासायनिक व भौतिक तंत्रे हातपाय पसरू लागली. पाहुण्याने घरात येऊन स्वयंपाकघराचा ताबा घ्यावा व यजमानाला निर्वासित करावे अशी परिस्थिती उद्भवली. विसाव्या शतकात तंत्रज्ञानातील अद्भुत प्रगतीने Clinical Medicine या संकल्पनेला पूर्णपणे ग्रासून टाकले.

तंत्रज्ञानाच्या घोडदौडीमुळे वैद्यकीय विश्वात जे घडले ते अपरिहार्य होते. पण दुर्दैवी होते. वैद्यक हे उपयोजित (Applied) शास्त्र आहे. ते रुग्णकेंद्रित असायला हवे हा हिपोक्रॅटिसचा संदेश विस्मृतीत गेला. भौतिक, रसायन, गणित ही विज्ञानाची पायाभूत शास्त्रे आहेत. ती रूक्ष आहेत व त्यांना माणसाच्या

भावभावनांशी देणेघेणे असण्याचा प्रश्नच उद्‌भवत नाही. डॉक्टरचा रुग्णाच्या शरीराबरोबर त्याच्या मानसिक आंदोलनांशीही संबंध येतो. डॉक्टरचे रुग्णाशी भावनिक नाते जडते. वैयक्तिक स्तरावर रुग्णाशी संवाद साधणे डॉक्टरला गरजेचे असते. खरे पाहता ती दोघांचीही गरज असते. आपला विषय उत्तम रीतीने जाणणारा व तंत्रज्ञानाची मदत घेणारा डॉक्टर नक्कीच 'हुशार' असतो. पण तो रुग्णाला 'चांगला' वाटेल की नाही याची खात्री देता येत नाही. फक्त तंत्रज्ञानावर विसंबलेला डॉक्टर केवळ विकाराचा विचार करतो; विकाराचे ओझे खांद्यावर घेणाऱ्या 'माणसाचा' विचार करत नाही.

रुग्णाशी संवाद साधत त्याची काळजीपूर्वक तपासणी करणाऱ्या डॉक्टरशी रुग्णाचे वैयक्तिक स्तरावर नाते जुळते. शारीरिक तपासणीने फक्त विकाराचा शोध घेतला जात नाही तर रुग्णाशी जवळीक साधली जाते. निरनिराळी विकारलक्षणे व विकारचिन्हे घेऊन येणारा रुग्ण म्हणजे 'शास्त्रीय चविष्ट मिसळ' नसून तो चिंता व काळजी या भावना उराशी बाळगणारा एक 'अगतिक माणूस' आहे हे सत्य डॉक्टरने सतत मनाशी बाळगले पाहिजे. रुग्णाच्या विकाराची पूर्वपीठिका जाणून घेऊन त्याची तपशीलवार तपासणी करून त्याची नोंद करणे हा चिकित्सात्मक वैद्यकाचा प्राण आहे. तंत्रज्ञानाने शारीरिक तपासणी व रुग्णाचा पूर्वेतिहास या निदानीय गरजांना निरर्थक ठरवण्याचा आभास निर्माण केला. वैद्यकाचा 'आत्मा' या खटाटोपात गहाळ झाला.

आधुनिक यंत्रयुगात जीवनाच्या इतर क्षेत्रांत झालेली प्रगती वैद्यकात येणे अपरिहार्य होते. विकाराचे निदान लवकर व निश्चितपणे करण्याचा ध्यास घेतलेल्या डॉक्टरांनी तंत्रज्ञानाची मदत घेणे चुकीचे नव्हते. विसाव्या शतकाच्या मध्यावर जनुकीय रचनेचा शोध लागला व शतक संपताना टेस्ट-ट्यूबमध्ये माणसाचा जन्म होण्याची शक्यता निर्माण झाली. अंतर्नलिकेमुळे शरीरातील कोणताही भाग प्रत्यक्ष पाहण्याची किमया शास्त्रज्ञांनी करून दाखवली. सुधारित क्ष-किरण तंत्रांनी शरीरातील लहानसहान उतीदेखील दिसणे शक्यतेच्या कोटीत आले. In vitro Fertilization च्या तंत्राने शास्त्रज्ञांनी शरीराबाहेर स्त्री-बीज फलन घडवून आणले. तंत्रज्ञानाच्या नेत्रदीपक प्रगतीमुळे Clinical Methods अंतर्धान पावण्यास सुरुवात झाली. वैद्यकाचा मानवी चेहरा लुप्त होऊन ते इतर शास्त्रांप्रमाणे निरस व रुक्ष झाले. डॉक्टरचे रुग्णाशी होणारे भावसंबंध संपुष्टात आले.

गेल्या शतकात वैद्यकाच्या अनेक शाखोपशाखा व त्यांचे विशेषज्ञ (Superspecialists) निर्माण झाले. या तज्ज्ञांनी आपले कर्तृत्व आपल्या खास

विषयांपुरते सीमित ठेवले. त्यांचे सर्व लक्ष विकाराकडे लागले. विकाराच्या यातना सोसणारा रुग्ण त्यांच्या नजरेबाहेर गेला. शरीरातील सर्व इंद्रिये जरी स्वतंत्रपणे कार्यरत असली तरी त्यांची कामे सुसूत्रपणे होण्यासाठी त्यांना एकमेकांची मदत लागते. एकावाचून दुसऱ्याचे अडते हा क्लॉड बर्नाडचा मूलसिद्धान्त विस्मृतीत गेला. डॉक्टरला यंत्रमानवाची कळा आली. रुग्णाला भावनात्मक आधार देणारा ही डॉक्टरची प्रतिमा धूसर होऊ लागली. तंत्रज्ञानाच्या अतिरेकाने चिकित्सात्मक वैद्यक काळाच्या उदरात गडप झाले.

शास्त्रीय व तांत्रिक ज्ञानाबरोबरच डॉक्टरने तारतम्य बाळगणे आवश्यक असते. डॉक्टरवरील रुग्णाच्या विश्वासाने डॉक्टरचे अर्धे काम होते. रुग्णाशी सुसंवाद साधणाऱ्या डॉक्टरवर रुग्णाचा विश्वास बसतो. रुग्णतपासणीचे महत्त्व अनन्यसाधारण आहे या आपल्या मताचा सर विल्यम ऑस्लर या तत्त्वचिंतक वैद्यकतज्ज्ञाने सतत पाठ पुरावा केला. स्वत:च्या मृत्यूनंतर स्मशानातील उभारलेल्या स्मारकावर 'He taught Medicine at the bedside' हे वाक्य कोरावे अशी सूचना सर विल्यम यांनी मृत्यूपूर्वी दिली! 'The Future of Medicine' या आपल्या ग्रंथात सर जेम्स मॅकेन्झी यांनी 'प्रयोगशाळांतील प्रशिक्षणामुळे डॉक्टर्स आपला मूळ हेतू हरवून बसतात व त्यांची विचारसरणी पूर्णत: यांत्रिक बनते' असे नोंदवून ठेवले. फ्रान्सिस वेल्ड पिबॉडी यांनी 'विज्ञानाच्या यज्ञकुंडात रुग्णाची आहुती पडते' असे कटू पण सत्य मत नोंदवले.

वैद्यक हे केवळ शास्त्र नाही. ती एक कला आहे. या कलेचा ऱ्हास होणे हे अंतिमत: रुग्णाच्या फायद्याचे नाही व डॉक्टरच्या हिताचेही नाही. चिकित्सात्मक वैद्यक व तंत्रज्ञान यांची परस्परांशी स्पर्धा असण्याचे कारण नाही. आधुनिक वैद्यकाला दोहोंचीही गरज आहे. शेवटी रुग्णाचा विश्वास संपादून विकाराचे निदान केल्यावर योग्य त्या तंत्राने निदानाची खात्री करणे हे कोणत्याही वैद्यकप्रणालीचे ध्येय असायला पाहिजे.

भाग दुसरा

विस्मृतीत गेलेले संशोधक

The philosophies of one age have become the absurdities of the next and the foolishness of yesterday has become the wisdom of tomorrow.

- Sir William Osler

प्रकरण ४

इंद्रिय सिद्धान्त

"Symprom in a disease is a heartending scream of pathological organs."

— Giovani Batista Morgagni

शरीररचनाशास्त्र आणि शरीरक्रियाशास्त्र ही वैद्यकाची पायाभूत अंगे. वेसालिअस व विल्यम हार्वे यांनी या शास्त्रांना वैज्ञानिक स्वरूप दिले. दोघांनाही अग्रेसरत्वाचा मान मिळाला. हार्वेला त्याच्या हयातीतच अनेक मानसन्मान मिळाले. वेसालिअसचे कर्तृत्व विलंबाने मान्यता पावले. त्याच्या हयातीत त्याचा अधिक्षेप करण्यात आला. पण त्याच्या मृत्यूनंतर त्याचे ऋण शास्त्रज्ञांनी मान्य केले. वेसालिअस व हार्वे या दोघांनीही प्रत्यक्ष प्रयोगाचा मार्ग स्वीकारला. वैद्यकीय इतिहासात दोघेही चिरंजीव झाले.

वेसालिअस व हार्वे यांच्या तोडीचे कार्य करणारा एक शास्त्रज्ञ मात्र आज विस्मृतीत गेला आहे. जिओवनी बॅटिस्टा मॉरगॅग्नी या इटालिअन शास्त्रज्ञाचे नाव आजच्या वैद्यकीय विद्यार्थ्याला ठाऊक नाही. क्लॉड गॅलेनच्या 'शरीरद्रावांचे असंतुलन' (Humoral Imbalance) या चुकीच्या सिद्धान्ताने वैद्यकावर सुमारे हजार वर्षे अधिराज्य गाजवून वैद्यकाच्या प्रगतीत अडथळा आणला होता. नाममाहात्म्यामुळे गॅलेनविरोधी विधाने करण्यास शास्त्रज्ञांची प्राज्ञा नव्हती. मॉरगॅग्नीने ही कोंडी फोडली. हिपोक्रॅटिसचा निरीक्षण सिद्धान्त व गॅलेनची

प्रयोगशीलता यांचा अवलंब करून मॉरगॅग्नीने इंद्रिय सिद्धान्त (Organ theory) मांडला.

इंद्रिय सिद्धान्त

शरीरातील इंद्रियांच्या रचनेत बदल झाल्यामुळे विकारलक्षणे (symptoms) उद्‌भवतात हा मॉरगॅग्नीचा नवा सिद्धान्त होता. आपली संकल्पना सिद्ध करण्यासाठी त्याने प्रयोग करण्याचा वसा घेतला. प्रयोगशील क्लॉड गॅलेनचे अनुकरण करून, प्रयोगांच्या साहाय्याने त्याने गॅलेनच्या सिद्धान्ताला मूठमाती दिली. रुग्णाच्या हयातीत दिसणारी विकारलक्षणे व मरणोत्तर केलेल्या शवचिकित्सेत (Post-mortem) इंद्रियांत दिसणारे रचनात्मक बदल मॉरगॅग्नीने ७०० शवविच्छेदने करून शास्त्रीय जगतासमोर आणले. विकृतिशास्त्राचा (Pathology) तो उद्‌गाता होता. विकारांच्या उगमस्थानांचा पद्धतशीरपणे शोध घेणारा तो पहिला वैद्यकशास्त्रज्ञ.

मॉरगॅग्नीचे कार्य

इंद्रियांत उद्‌भवणाऱ्या विकृतीजन्य प्रक्रियेत विकारांचे मूळ असते ही क्रांतिकारक संकल्पना मॉरगॅग्नीने सर्वप्रथम मांडली. आपली संकल्पना त्याने ७०० शवविच्छेदने करून सिद्ध केली. त्यासाठी त्याने पन्नास वर्षे अथक काम केले. वयाच्या सत्तरीत त्याचा असामान्य ग्रंथ प्रकाशित झाला. इ.स. १७०५ मध्ये त्याने ग्रंथलेखनाला प्रारंभ केला. ग्रंथ प्रकाशनाच्या वेळी ग्रंथकर्त्याचे वय होते एकोणऐंशी! इंद्रिय सिद्धान्ताचे (Organ theory) जनकत्व निर्विवादपणे मॉरगॅग्नीकडे जाते.

विकारस्थान

बोलोग्ना विद्यापीठातील शरीरशास्त्राचा प्राध्यापक अँटोनिओ वाल्साल्वा याच्या मार्गदर्शनाखाली तेवीस वर्षांच्या मॉरगॅग्नीने भविष्यात क्रांतिकारी ठरणाऱ्या कार्याला प्रारंभ केला. 'Symptoms, then, are in reality nothing but the scream of suffering organs' या प्रत्ययकारी विधानात मॉरगॅग्नीच्या सिद्धान्ताचे सार आहे. दोनशे वर्षांपूर्वी मांडलेल्या संकल्पनेत आधुनिक काळातही बदल झालेला नाही. इंद्रियांबरोबर उती (Tissues), पेशी (Cells), अणू (Atoms), रेणू (Nolecules) यांच्यातील बदल विकारांस कारणीभूत होतात हे

आज समजले असले तरी मॉरगॅग्नीने प्रसृत केलेला विचार आजही दीपस्तंभासारखा शास्त्रज्ञांना मार्ग दाखवत आहे.

विकाराचे स्थान कोठे आहे? रुग्णांवर उपचार करणाऱ्या प्रत्येक डॉक्टरला या प्रश्नाचे उत्तर शोधावे लागते. शरीरद्राव, परिसर, आचार, विचार या प्राचीन संदिग्ध कल्पनांवर न विसंबता डॉक्टरने विशिष्ट विकाराचे कारण शरीरातील विशिष्ट इंद्रियातच शोधले पाहिजे असा मॉरगॅग्नीचा आग्रह होता.

मॉरगॅग्नीचा प्रबंध

'On the Sites and Causes of Diseases Investigated by Anatomy' असा लांबलचक मथळा असलेल्या ग्रंथाचे मर्म मथळ्यातच दर्शवण्याचा मॉरगॅग्नीचा प्रयत्न होता. शरीररचनेचा अभ्यास हेच विकाराचे निदान करण्याचे उत्कृष्ट साधन आहे, हा विश्वास या मथळ्यातून दृग्गोचर होतो. प्रबंधाची माहिती शास्त्रज्ञांना होईपर्यंत मॉरगॅग्नीने वयाची सत्तरी पार केली होती. दीर्घकाळ अथकपणे प्रयोग व निरीक्षणे केल्यानंतरच आपली संकल्पना शास्त्रीय जगतासमोर मांडावी या वैज्ञानिक दंडकाचे मॉरगॅग्नीने निष्ठेने पालन केले. आजच्या प्रसिद्धिलोलुप शास्त्रज्ञांना मॉरगॅग्नीची ही विज्ञाननिष्ठा हास्यास्पद वाटण्याची शक्यता आहे.

मॉरगॅग्नीने विरोधकांना व निंदकांना कोलाहल माजवण्याची संधीच दिली नाही. आपला सिद्धान्त पूर्णपणे निर्दोष आहे अशी खात्री पटल्यावरच त्याने प्रबंध प्रकाशित केला. चिकाटी व दीर्घोद्योग यांचे मॉरगॅग्नी हे उत्कृष्ट उदाहरण आहे. पन्नास वर्षे चाललेले संशोधन कोणत्याही क्षेत्रात विलक्षण मानले जाईल.

आधुनिक ऋषी

मॉरगॅग्नीने आपले संपूर्ण आयुष्य शांतपणे व्यतीत केले. त्याची तुलना तपस्या करणाऱ्या भारतीय ऋषीमुनींशी करता येईल. मोठी वादळे त्याच्या जीवनात आली नाहीत. संशोधन हे त्याचे एकमेव ध्येय होते. ध्येय साध्य होईतो वाट पाहण्याची त्याची तयारी होती. अनेक विख्यात शास्त्रज्ञ, रोमन सम्राट आणि पोप मॉरगॅग्नीला आपला मित्र मानत. मॉरगॅग्नीची या महाजनांच्या मैत्रीकडे पाहण्याची दृष्टी स्थितप्रज्ञतेची होती. भगवान श्रीकृष्णाची गीता त्याच्या वाचनात आली असल्याची शक्यता शून्य आहे. तरी त्याचे वर्तन कर्मयोग्याचे होते. अहंकाराचा त्याने स्वत:ला स्पर्शही होऊ दिला नाही.

पूर्वपीठिका

मॉरगॅग्नीचा जन्म इटलीत २५ फेब्रुवारी १६८२ मध्ये झाला. वयाच्या सोळाव्या वर्षी तो बोलोना विद्यापीठात दाखल झाला. तिथे त्याला तत्कालीन शरीररचनातज्ज्ञ अँटोनिओ वाल्साल्वाचे मार्गदर्शन मिळाले. इ.स. १७०१ मध्ये त्याला वैद्यकीय पदवी मिळाली व तो वाल्साल्वाचा सहायक म्हणून काम करू लागला. तिथे सहा वर्षे काम केल्यावर व नंतर दोन वर्षे पदव्युत्तर शिक्षण घेतल्यावर मॉरगॅग्नी आपले जन्मग्राम मॉर्ली येथे व्यवसाय करण्यासाठी परतला.

व्यवसायात तो लवकर स्थिरावला व त्याचा एका उमराव घराण्यातील मुलीशी विवाह झाला. त्यांना बारा मुली व तीन मुलगे झाले. त्यातील आठ मुली व एक मुलगा यांनी चर्चमध्ये राहून सेवा करणे पसंत केले. मॉरगॅग्नी स्वत: शास्त्रज्ञ असूनही त्याने आपल्या मुलामुलींना या बाबतीत विरोध केला नाही. आपल्या कुटुंबावर त्याचे अतोनात प्रेम होते व त्याच्या धार्मिक निष्ठा बळकट होत्या. परमेश्वर व विज्ञान यांची सांगड त्याने आपल्या जीवनात व्यवस्थितपणे घातली होती.

इ.स. १७११ मध्ये मॉरगॅग्नीला पाडुआ विद्यापीठात कनिष्ठ प्राध्यापकाची जागा मिळाली. चार वर्षांतच शरीरशास्त्राचा प्राध्यापक म्हणून त्याला बढती मिळाली. त्या वेळी तो अवघा तेहेतीस वर्षांचा होता. थोड्याच अवधीत त्याच्या अध्यापनाचा लौकिक सर्वत्र पसरला. युरोपातील प्रशिक्षणार्थी त्याच्याकडे येऊ लागले. पॅरिस, लंडन, बॅर्लिन व पीट्सबर्ग येथील शास्त्रीय संघटनांचे सभासदत्वही त्याला मिळाले. हा अभूतपूर्व सन्मान होता.

पैलूदार व्यक्तिमत्त्व

मॉरगॅग्नीला शरीररचनाशास्त्र हा विषय जरी प्रिय असला तरी त्याचे स्वप्न उत्कृष्ट वैद्यकतज्ज्ञ (Physician) होण्याचे होते. तो वैद्यकतज्ज्ञ म्हणूनही युरोपात विख्यात झाला. युरोपातील अनेक वैद्यकतज्ज्ञ त्याचा सल्ला घेत असत. त्यांना प्रत्यक्ष न भेटता तो पत्राने त्यांना आपले मत कळवत असे. त्यातील शंभर पत्रे त्याच्या मृत्यूनंतर प्रसिद्ध करण्यात आली. या पत्रांतून त्याचा हा पैलू प्रकाशात आला.

शरीररचनाशास्त्राचा उपयोग रुग्णचिकित्सा व उपचार करण्यासाठी करावा असे मॉरगॅग्नीचे मत होते. आपल्या संशोधनाने त्याने वैद्यकाला नवीन परिमाण दिले. त्याच्या संशोधनामुळे वैद्यकाला एक नवीन व निर्णायक वळण (Paradigm Shift)

मिळाले. एकोणिसाव्या शतकातील वैद्यकतज्ज्ञांनी मॉरगॅग्नीच्या मार्गाने जाणे पसंत केले. या दृष्टीने आधुनिक वैद्यकाचा (Modern medicine) मॉरगॅग्नी प्रणेता होता.

विज्ञाननिष्ठ संशोधन

मॉरगॅग्नीने ७०० शवविच्छेदने केली. निरीक्षण, प्रतिपादन, प्रयोग व काटेकोर नोंदी ही आधुनिक वैद्यकीय संशोधनाची वैशिष्ट्ये मॉरगॅग्नीच्या संशोधनकार्यात ठळकपणे दिसतात. या वैज्ञानिक पद्धतीचे अनुकरण नंतरच्या शास्त्रज्ञांनी केले. रुग्णचिकित्सा, विकृतिशास्त्र व वैज्ञानिक प्रयोग या तीन वैशिष्ट्यांसह त्याच्या लेखनात वाङ्मयीन मूल्येही आढळतात. त्याच्या ग्रंथातील प्रत्येक नोंदीत प्रथम विकाराचा इतिहास, रुग्णचिकित्सा, शवविच्छेदनात आढळलेल्या गोष्टी आणि शेवटी त्या विषयात पूर्वी झालेल्या संशोधनाचा मागोवा अशा पद्धतीने विषयाचा ऊहापोह केलेला आहे. हीच पद्धत जगातील सर्व वैद्यकीय शास्त्रज्ञ आजही अनुसरतात. या दृष्टीने संशोधनाच्या नोंदी कशा प्रकारे कराव्या याचा आदर्श मॉरगॅग्नीने घालून दिला. आधुनिक संशोधनात त्याचे अनुकरण केले जाते.

पूर्वसुरींचे कार्य

शवविच्छेदनात आढळलेल्या निरीक्षणांची रुग्णचिकित्सेत आढळणाऱ्या लक्षणांशी सांगड जुळवणे हा पायंडा मॉरगॅग्नीने घातला. आजच्या वैद्यकीय महाविद्यालयांत Clinico Pathological Conference हे मॉरगॅग्नीचे पथदर्शक तंत्र आजही अनुसरले जाते. क्लॉड गॅलेनच्या लेखनात या वैज्ञानिक पद्धतीचा उल्लेख सापडतो. पण त्याने आपल्या विधानांना प्रयोगांची साथ दिली नाही. मॉरगॅग्नीचे कार्य हे गॅलेनच्या पुढचे पाऊल होते. सतराव्या शतकात विल्यम हार्वेने रुग्णांच्या हयातीत आढळलेली निरीक्षणे शवविच्छेदन करून अजमावण्याचा प्रयत्न केला होता. 'एका विकारग्रस्त रुग्णाचे मरणोत्तर केलेले शरीरविच्छेदन फाशी गेलेल्या दहा गुन्हेगारांच्या शवविच्छेदनापेक्षा अधिक लाभदायक ठरेल' असे हार्वेने लिहून ठेवले आहे. हार्वेचे हे कार्य अप्रकाशित आहे.

विल्यम हार्वेच्या पूर्वी फ्रान्सिस बेकन या इंग्लिश विचारवंताचे हेच प्रतिपादन होते. विकारशास्त्र (Medicine) व विकृतिशास्त्र (Pathology) यांच्यामधील निकटच्या संबंधांवर त्या काळात विचारमंथन झाले नाही. बहुतेक शास्त्रज्ञांनी या प्रतिपादनाची टर उडवली. त्यात इंग्लंडचा श्रेष्ठ वैद्यकतज्ज्ञ थॉमस सिडनहॅम होता.

त्याचा प्रत्यक्ष रुग्णचिकित्सेवर प्रचंड भरवसा होता. त्याने शवविच्छेदनतंत्राची खिल्ली उडवणे अपरिहार्य होते.

बेनिटस

जीनिवातील बेनिटस नावाच्या तज्ज्ञाने याच विषयावर एक ग्रंथ प्रकाशित केला होता. त्यात असंख्य चुका होत्या. त्याने तीन हजार शवविच्छेदने केल्याचा दावा केला होता व चारशे सत्तर लेखकांचे संदर्भ दिले होते. चुकीची अवतरणे, चुकीची निरीक्षणे व चुकीचे निष्कर्ष यांची त्यात रेलचेल होती. शिवाय ग्रंथाला सूची नसल्याने ग्रंथातील नोंदींचा मागोवा घेणे अशक्य झाले होते. फ्रेंच वैद्यकतज्ज्ञ रीनी लॅनेक याने या ग्रंथाला मोडीत काढले.

मॉरगॅग्नीने या महाग्रंथाचे वाचन केले व ग्रंथातील त्रुटी लक्षात घेऊनही या ग्रंथाचा मूळ हेतू योग्य आहे हे त्याच्या लक्षात आले व त्याने या त्रुटी सुधारण्याचे ठरवले. मॉरगॅग्नीने संशोधकाचा अधिक्षेप न करता त्याच्या ग्रंथातील त्रुटी नम्रपणे ग्रंथकर्त्याच्या निदर्शनास आणल्या. यात त्याचा शिष्टाचार व नम्रता प्रतीत होते.

अकादेमीची स्थापना

इ.स. १७०१ मध्ये वैद्यकीय पदवी मिळाल्यावर मॉरगॅग्नीला विद्यापीठात प्रशिक्षकाची नोकरी मिळाली. आपल्या सहकाऱ्यासमवेत त्याने 'Academy of the Restless' ही संस्था स्थापन केली. गॅलेनच्या पारंपरिक व अशास्त्रीय विचारसरणीचा वैद्यकावरील अंमल कमी करण्याच्या स्पष्ट उद्देशाने अकादेमीची स्थापना झाली होती. इ.स. १७१४ मध्ये या संस्थेचे नाव "Academy of sciences of Bologna' असे ठेवण्यात आले. तेव्हापासून मॉरगॅग्नीने (तेव्हा तो फक्त एकोणीस वर्षांचा होता.) आपले संदर्भसाहित्य जमवण्यास प्रारंभ केला.

संशोधनाच्या नोंदी

मॉरगॅग्नीने स्वत: व वाल्साल्वाने केलेल्या शवविच्छेदनाच्या नोंदी ठेवणे सुरू केले. गैरलागू मुद्दे वगळून नेमक्या वैशिष्ट्यावर बोट ठेवणे हे त्याच्या लेखनाचे मर्म होते. त्याचे निष्कर्ष तर्कशुद्ध असायचे. मिळालेल्या माहितीचे सुसूत्रीकरण करून नवीन निष्कर्ष काढणे ही त्याची खासियत होती. विकारशास्त्र व विकृतिशास्त्र या दोन शास्त्रांची सांगड घालून विकार, निदान व उपचारपद्धती यांचा

विकास होण्याचा मार्ग मॉरगॅग्नीने अधोरेखित केला. हे कार्य अभूतपूर्व होते म्हणूनच ते चिरंजीव झाले.

ग्रंथाचे स्वरूप

मॉरगॅग्नीच्या ग्रंथाचे रूप लोकविलक्षण होते. मित्राला लिहिलेली सत्तर पत्रे असे ग्रंथाचे रूप आहे. इ.स. १७४१ पासून (या वेळी मॉरगॅग्नी साठ वर्षांचा होता.) त्याने या मित्राला (हा अस्तित्वात होता की कल्पनेतला होता यावर बरीच चर्चा झाली.) पत्रस्वरूपात पाच खंड पाठवले. त्यात मस्तक, छाती, उदर, शल्यविज्ञानातील विकार व सूची यांचा समावेश होता. प्रत्येक खंड युरोपातील विख्यात तज्ज्ञाला अर्पण करण्याची सावधगिरी मॉरगॅग्नीने घेतली.

ग्रंथाची मांडणी शिस्तबद्ध व सुसूत्रपणे केली होती. ती आजही आदर्श मानली जाते. प्रत्येक विकारलक्षणाचे कारण डॉक्टरला कळले पाहिजे हाच मॉरगॅग्नीचा आग्रह होता. क्लॉड गॅलेनच्या संदिग्ध लेखनाला छेद देणारे हे लेखन होते. विकाराचे नेमके कारण कळल्याशिवाय उपचार करणे अशक्य असते हा विचार त्यामागे होता.

ग्रंथ लिहिण्यास प्रारंभ करण्यापूर्वी बेनिटसच्या ग्रंथात सुधारणा कराव्यात एवढाच त्याचा उद्देश होता. प्रत्यक्षात या ग्रंथात रुग्णचिकित्सेला प्राधान्य मिळाले. ग्रंथाची सूची अतिशय माहितीपूर्ण होती. विकारलक्षणे व शवविच्छेदनातील निरीक्षणे अशा दोन प्रकारच्या सूची असल्यामुळे कोणत्याही विषयाची नोंद वाचकाला सहजपणे पाहावयास मिळत असे. याशिवाय प्रत्येक पत्रात असणारे विषय, महत्त्वपूर्ण नावे आणि परिच्छेद यांचीदेखील सूची या ग्रंथात होती.

आजारांच्या कारणांची नवीन उपपत्ती लावण्याचा प्रयत्न ग्रंथात होता. शरीरातील इंद्रियांच्या एकमेकांशी होणाऱ्या सहकार्यामुळे जिवंतपणी असंख्य क्रिया-प्रक्रिया विनातक्रार चालू राहतात हे सत्य त्याने ठासून सांगितले. या शरीरयंत्रणेत कोठेही बिघाड झाल्यास विकार उद्भवतो हा उपसिद्धान्त आपोआपच पुढे आला. शवविच्छेदनामुळे शरीरयंत्रणेत नेमका कोणता बिघाड झाला आहे हे समजते. बिघाड कशामुळे व का होतात याबद्दल मॉरगॅग्नीने अंदाज केले नाहीत; कारण अठराव्या शतकात जीवरसायनशास्त्र (Biochemistry) व सूक्ष्मजीवशास्त्र (Microbiology) अस्तित्वातच नव्हती. मॉरगॅग्नीने विकारस्थाने नेमकेपणे दाखवली व त्यातील विकृतींची विकारलक्षणांशी जुळणी केली.

मॉरगॅग्नीने चिकित्सात्मक वैद्यकाला फिरून उजाळा दिला. विकाराचा इतिहास व्यवस्थितपणे समजून घेऊन रुग्णाची बारकाईने शारीरिक तपासणी करावी यावर त्याचा भर होता. याच कालखंडात रुग्णतपासणी व्यवस्थितपणे होऊ लागली. एका अर्थी मॉरगॅग्नी चिकित्सात्मक वैद्यकाचा (Clinical Medicine) अग्रदूत होता.

मॉरगॅग्नीचा प्रभाव

एकोणऐंशी वर्षांच्या मॉरगॅग्नीने १७६१ मध्ये आपला विख्यात ग्रंथ प्रसिद्ध केला. सातशे शवविच्छेदने केल्यावर शरीरातील इंद्रियांवर विकारांनी उमटवलेले ठसे त्याला आढळले. ग्रंथाची इंग्लंड-अमेरिकेत भाषांतरे झाली. या ग्रंथामुळे लक्षणांच्या बरोबरीने विकारस्थानांना महत्त्व मिळाले. या ग्रंथाचा सर्वात महत्त्वाचा प्रभाव म्हणजे प्रत्यक्ष रुग्णचिकित्सेला मिळालेले प्राधान्य.

इतर कार्य

मॉरगॅग्नीने अनेक विकारलक्षणे प्रकाशात आणली. हृदयशूल, हृदयांच्या स्नायूंचा अपकर्ष, मरणापूर्वी व मरणानंतर उद्‍भवलेल्या रक्तगुठळ्यांतील फरक, रक्तगुठळ्यांमुळे हृदयस्पंदनातील अडथळा, फुप्फुसाच्या रक्तवाहिनीच्या संकोचामुळे उद्‍भवलेला शरीराचा निळसरपणा, उतारवयात होणारे हृदयरोहिण्या आणि मेंदूच्या रोहिण्यांतील काठिण्य, उपदंशामुळे होणारा मेंदूतील रक्तवाहिन्यांचा संकोच या विकारांची वर्णने सर्वप्रथम मॉरगॅग्नीने केली. मायट्रल झडपेच्या आकुंचनामुळे होणारी हृदयातील कप्प्यांची वृद्धी, जठरव्रण, आंत्रपुच्छाचा प्रदाह हे विकार मॉरगॅग्नीने प्रकाशात आणले. अनेक शास्त्रज्ञांचे संशोधन एकमार्गी असते. किंबहुना ते तसेच असावे अशी अपेक्षा असते. मॉरगॅग्नीचे संशोधन केवळ अभूतपूर्व होते.

वैद्यकातील मॉरगॅग्नीचे स्थान एकमेवाद्वितीय असे आहे. पण आज या अलौकिक, निरलस, निरअहंकारी वैद्यकशास्त्रज्ञाचे नाव काळाच्या उदरात गडप झाले आहे. सर्वसामान्यांपर्यंत त्याचे नाव पोहचले नाहीच, पण वैद्यकतज्ज्ञांनाही मॉरगॅग्नीच्या कार्याची माहिती नाही. एकेकाचे नशीब! दुसरे काय?

प्रकरण ५

पेशीसिद्धान्त

"A new cell from a cell."

— Rudolf Ludwig Carl Virchow

इ.स. १८४०च्या सुमारास पाश्चात्त्य वैद्यकात असंख्य मतप्रवाहांची भाऊगर्दी झाली होती. माणूस आजारी का पडतो? त्याच्या विकाराची कारणे कोणती? या दोन प्रश्नांनी शास्त्रज्ञ बुचकळ्यात पडले हेते. मॉरगॅग्नी, बिचे व लॅनेक यांनी इंद्रिये व उती यांना होणाऱ्या विकारांत दिसणारे बदल अधोरेखित केले, पण हे बदल का होतात हा प्रश्न अजूनही अनुत्तरित होता. शरीरद्रावांचे असंतुलन ही गॅलेनकृत संकल्पना डळमळीत होण्याचा प्रारंभ झाला होता तरी अनेक वैद्यकतज्ज्ञांना त्याच्या संकल्पनेला पर्याय सापडत नव्हता. मॉरगॅग्नीने विकारस्थानाचे महत्त्व पटवले होते, पण निश्चित उपचारांच्या दिशेने प्रगती होत नव्हती.

उपचार

एकोणिसाव्या शतकात प्राचीन उपचारपद्धती टिकून होती. वमन (vomitting), विरेचन (Purging), स्फोटन (Blistering), आणि रक्तमोक्षण (Blood Letting) या उपचारांवरच वैद्यकतज्ज्ञांचा भरवसा होता. वनौषधींनी शरीराच्या चयापचयावर (Metabolism) परिणाम होतो यावर तज्ज्ञांचा विश्वास होता. थोडक्यात सांगायचे तर पाय कापणे (Amputation) व गळवे फोडणे यांसारख्या निश्चित स्वरूपाच्या शल्यक्रिया सोडल्यास एकंदरीतच तत्कालीन उपचारपद्धती रामभरोसे स्वरूपाची

होती. याचे एकच कारण होते, ते म्हणजे विकारांच्या कारणांविषयीचे अज्ञान.

विकारस्थान

प्राचीन उपचारपद्धती सर्वंकष (Holistic) पण संदिग्ध होती. शरीरद्रावांचे असंतुलन, परिसर, ऋतू, आचार, विचार, हवामान इत्यादी घटक उपचारपद्धतीत महत्त्वाचे मानले जात. बॅटिस्टा मॉरगॅग्नीने या संकल्पनेला पहिला धक्का दिला. त्याने शरीरातील इंद्रियांना केंद्रस्थान दिले. बिचेने हाच मुद्दा सूक्ष्म स्तरावर नेऊन इंद्रियांतील उतींत झालेल्या बदलांमुळे विकार उद्‌भवतात असे प्रतिपादन मांडले. मतामतांच्या गलबल्यात दुर्दैवाने वैद्यकाचे रुग्णकेंद्रित स्वरूप बदलू लागले. रुग्णाऐवजी त्याच्या विकारांनी केंद्रस्थान बळकावले. प्राचीन उपचारपद्धती लक्षणानुरूप होती. आता ती इंद्रियानुरोधी होण्याची गरज होती. पण एकोणिसाव्या शतकाच्या मध्यापर्यंत सर्व विकारस्थानांचा उलगडा झाला नव्हता. विकारांत आढळणाऱ्या इंद्रिये व उती यांच्यातील बदलांचे मूळ कारण अजूनही गूढ होते. हे कोडे उलगडल्यावरच विशिष्ट विकारासाठी विशिष्ट उपचार ही संकल्पना प्रत्यक्षात उतरण्याची शक्यता होती.

पेशीसिद्धान्त (Cell theory)

विकारांचे मूळ स्थान शोधून काढण्याचे श्रेय प्रशियन शास्त्रज्ञ रुडॉल्फ फर्कोकडे जाते. (त्याच्या नावाचे इंग्रजी स्पेलिंग Virchow असे असले तरी उच्चार फर्को असा होतो हे त्यानेच एका भाषणाच्या प्रारंभी इंग्लंडमध्ये सांगितले!) त्याने पेशी हे विकाराचे मूलस्थान असते हे सप्रमाण सिद्ध तर केलेच, शिवाय माणसाचे आरोग्यदेखील पेशीवरच अवलंबून असते हा अमर 'पेशीसिद्धान्त' मांडला. मॉरगॅग्नीने प्रसृत केलेल्या इंद्रिय सिद्धान्ताचा हा तर्कशुद्ध शेवट होता. पेशीची अंतररचना कशी असते व पेशीकार्य कसे होते याचा शोध घेतल्यानंतर विकारग्रस्त पेशीचे कार्य कसे होते याचा शोध घेणे शक्य झाले असते. पेशीच्या कार्यातील विशिष्ट बिघाड समजल्यावर त्यावर विशिष्ट उपचार करणे किंवा ते इंद्रिय/उती/पेशी शस्त्रक्रियेने शरीरातून काढून टाकणे सहजसाध्य होणार होते. Specific treatment for specific disease ही आधुनिक वैद्यकाची पायाभूत संकल्पना रुडॉल्फ फर्कोच्या संशोधनामुळे प्रत्यक्षात उतरली.

फर्कोने शरीरातील सूक्ष्मातिसूक्ष्म घटकावर आपले लक्ष केंद्रित केले. तरीही इतर गोष्टींचा माणसावर होणारा परिणाम नाकारला नाही. रुग्णाचा माणूस म्हणून

विचार करावा या हिपोक्रॅटिसच्या विचाराचा तो खंदा पुरस्कर्ता होता. ग्रीक शास्त्रज्ञांची ही विचारसरणी त्याला मान्य होती.

रुडॉल्फ लुडविग कार्ल फर्को

१३ ऑक्टोबर १८२१ रोजी प्रशियातील पोमेरानिया येथे फर्कोचा जन्म झाला. सध्या हा देश पोलंडमध्ये समाविष्ट आहे. त्याचे शालेय शिक्षण इ.स. १८३९ मध्ये संपले व तो बर्लिन विद्यापीठात दाखल झाला. तत्कालीन श्रेष्ठ जर्मन शास्त्रज्ञ जोहान्स म्यूलरचे मार्गदर्शन तिथे त्याला मिळाले. त्याला विविध विषयांची आवड होती. विद्यापीठात फर्कोने इतिहास, तर्कशास्त्र व अरबी काव्य यांचाही अभ्यास केला. ग्रीक, लॅटिन, हिब्रू आणि काही युरोपीय भाषा त्याला अवगत होत्या. राजकारण व उत्खननशास्त्र या विषयांतही त्याला गती होती. बर्लिन विद्यापीठातील शिक्षण पारंपरिक पद्धतीचे होते. विद्यार्थ्यांनी घोकंपट्टी करावी अशी अपेक्षा असे. प्राध्यापक पारंपरिक ज्ञान व्याख्यानांच्या माध्यमातून शिकवायचे. फक्त जोहान्स म्यूलर याला अपवाद होता. विद्यार्थ्यांनी मूलभूत संशोधन करावे अशी त्याची अपेक्षा होती.

विद्यापीठातील शिक्षण

फर्कोचे वडील जुन्या विचारसरणीचे होते. आपल्या उद्योगधंद्यांत त्यांना अपयश आले होते. रुडॉल्फने अभ्यासाव्यतिरिक्त इतर गोष्टींत लक्ष घालणे त्यांना पसंत नव्हते. लवकरात लवकर पदवी मिळवून रुडॉल्फने व्यवसाय चालू करावा असा त्यांचा आग्रह होता. मध्यमवर्गीय कुटुंबाला तो साजेसा होता.

इ.स. १८४३ मध्ये रुडॉल्फला MD पदवी मिळाली व बर्लिनमधील एका सार्वजनिक रुग्णालयात त्याने काम सुरू केले. रुग्णालयातील काम संपवून तो रॉबर्ट फ्रोरीएपकडे शवचिकित्सा व सूक्ष्मदर्शीय चिकित्सा यांचा अभ्यास करण्यासाठी जाऊ लागला. फ्रान्स व इंग्लंडमध्ये चाललेल्या वैद्यकीय घडामोडींचे नियतकालिकांतून वाचन करून तो आपले ज्ञान अद्ययावत राखत असे.

लक्षणीय संशोधन

इ.स. १८४५ मध्ये फर्कोने रक्तातील श्वेतपेशींचा कर्करोग व रक्तगुठळ्या (Blood Clots) या विषयात लक्षणीय संशोधन केले. Thrombosis आणि Embolism या संज्ञा त्यानेच सर्वप्रथम वापरल्या. रक्तवाहिनीत रक्त गोठून तयार

होणाऱ्या गुठळीस Thrombus आणि ही गुठळी स्थलांतर करून दूरच्या रक्तवाहिनीत गेल्यास Embolus अशा संज्ञा त्याने वापरल्या. प्राण्यांवर प्रयोग, रासायनिक चाचण्या व सूक्ष्मदर्शीय तपासणी यांचा उपयोग त्याने आपल्या संशोधनात केला.

अनपेक्षितपणे एकाएकी मृत्यू आलेल्या व्यक्तीच्या फुप्फुसाकडे जाणाऱ्या रोहिणीत रक्तगुठळी अडकल्याने मृत्यू ओढवतो (Pulmonary Embolism) हे त्याने सिद्ध केले. ही रक्तगुठळी पायाच्या नीलांतून फुप्फुसांपर्यंत येते असे त्याने इ.स. १८४६ मध्ये प्रसिद्ध केलेल्या शोधनिबंधात सांगितले. या विषयातील हे पहिले संशोधनकार्य होते. तत्कालीन विख्यात फ्रेंच विकृतितज्ज्ञ जीन क्रुवेनहायर याच्या मते नीलांच्या दाहामुळे (Inflammation) आकस्मिक मृत्यू ओढवतो. पण फर्कोने हे मत चुकीचे आहे हे सप्रयोग सिद्ध केले.

कार्ल फॉन रॉकिटान्स्की

व्हिएन्नामधील विख्यात विकृतितज्ज्ञ कार्ल फॉन रॉकिटान्स्की याचा एक लोकप्रिय सिद्धान्त फर्कोने संशोधन करून चुकीचा ठरवला. शरीरातील विशिष्ट द्रावापासून (Blastema) विकृत पेशी निर्माण होतात व रक्तामधील प्रथीनयुक्त घटकांच्या असंतुलनामुळे विकार उद्भवतात असा रॉकिटान्स्कीचा सिद्धान्त होता. फर्कोने तो खोडून काढला. आपल्या शोधनिबंधात फर्कोने वापरलेली भाषा सडेतोड व काहीशी उद्धट होती. रॉकिटान्स्कीसारख्या जगन्मान्य विकृतिशास्त्रज्ञाचा अधिक्षेप करणारी भाषा त्याने वापरली. रॉकिटान्स्कीने याचा राग न मानता अत्यंत सभ्य शब्दात आपली चूक मान्य करून आपला सिद्धान्त मागे घेतला.

इतर संशोधन

रक्ताचा कर्करोग, रक्तगुठळ्या, संयोजक उतींचा (Connective tissue) प्रदाह, अर्बुदे (Tumors) आणि Trichinosis हे फर्कोच्या अभ्यासाचे विषय होते. उतींतील Amyloid, Hematin, Myelin, Aminoacids आणि Bilirubin या घटकांचे वर्णन सर्वप्रथम फर्कोने केले. प्रदाहात दिसणाऱ्या रक्तपेशी या श्वेतपेशी असतात हे त्याने निदर्शनास आणले. या पेशींच्या गुणाकाराला Leucocytosis व अनियंत्रित गुणाकाराला Leukemia अशी नावे दिली. संशोधनाच्या विविध विषयांवरून फर्कोची चतुरस्रता सहज कळू शकते.

फर्कोचे दफ्तर

इ.स. १८४६ मध्ये फर्कोला प्राध्यापकाचे पद मिळाले. आपला मित्र बेनो रेनहार्ड याच्याबरोबर फर्कोने एक वैद्यकीय नियतकालिक प्रसिद्ध करण्यास प्रारंभ केला. शरीरचना, शरीरक्रियाविज्ञान व रुग्णचिकित्सा या तीन विषयांमधील निकटच्या संबंधांचा ऊहापोह करणारे हे वैद्यकीय नियतकालिक 'Virchow's Archive' आजही प्रकाशित होते. आता त्याचे नाव "The Archive of Pathological Anatomy and Physiology and Clinical Medicine' असे आहे. विकारांचा अभ्यास करायचा असेल तर विकारांमुळे घडणारे इंद्रियांतील रचनाबदल व कार्यबदल यांचा अभ्यास केला पाहिजे असे फर्कोचे प्रतिपादन होते. या नियतकालिकाच्या पहिल्याच अंकात प्रसिद्ध झालेल्या फर्कोच्या प्रतिपादनाने शास्त्रीय जगतात खळबळ माजवली.

विकृतीकारणे

शरीरात उद्‌भवणारी कोणतीही विकृती ही बाहेरून शरीरावर लादलेली घटना असते, इंद्रियांच्या नॉर्मल रचनेशी तिचा संबंध नसतो या पारंपरिक विधानाला फर्कोने आव्हान दिले. प्रत्येक विकारात इंद्रियाच्या रचनेत बदल होतात व त्याचे इंद्रियाच्या कार्यावरही विकृत परिणाम होतात हे फर्कोने आग्रहाने सांगितले. नॉर्मल कार्य का व कसे विकृत होते हे उपचारांच्या दृष्टीने महत्त्वाचे असते. मॉरगॅग्नीने इंद्रियांच्या विकृत रचनेची विकारलक्षणांशी सांगड घातली. फर्कोने विकृत इंद्रियाच्या बिघडलेल्या कार्यप्रणालीकडे अंगुलीनिर्देश केला. विकाराशी सामना करायचा असेल तर इंद्रियाच्या कार्यविकृतीचा शोध घेतला पाहिजे, हे फर्कोचे प्रतिपादन वैद्यकाला पथदर्शी ठरले.

पेशीसिद्धान्त

इ.स. १६६५ मध्ये रॉबर्ट हुक या शास्त्रज्ञाने 'Cell' (पेशी) ही संज्ञा प्रचारात आणली. कॉर्क झाडाच्या सालीत सूक्ष्म छिद्रे असतात व त्यांचा आकार चौकोनी डब्यासारखा असतो हे हुकला सूक्ष्मदर्शकातून दिसले. नंतर सूक्ष्मदर्शकातील सुधारणांमुळे पदार्थांच्या विस्तारीकरणाच्या (Magnification) क्षमतेत प्रचंड वाढ झाली. रॉबर्ट ब्राऊन या ब्रिटिश वनस्पतिशास्त्रज्ञाला पेशीच्या अंतर्भागात केंद्रक (Nucleus) हा एक घटक दिसला. इ.स. १८३८ मध्ये जर्मनीत मॅथिअस स्लेडन

या वकिलाने त्याचा आत्महत्येचा प्रयत्न निष्फळ झाल्यावर वनस्पतिशास्त्राच्या अभ्यासात स्वत:ला गुंतवून घेतले. वनस्पतींच्या उती पेशींच्या बनलेल्या असतात हे त्याने सिद्ध केले.

थिओडोर श्वॉन

स्लेडनशी झालेल्या चर्चेनंतर थिओडोर श्वॉन या जोहान्स म्यूलरच्या शिष्याने प्राण्यांच्या उतींतही पेशी असतात हे सिद्ध करण्याचा विडा उचलला. इ.स. १८३९ मध्ये प्रकाशित झालेल्या त्याच्या ग्रंथात 'पृथ्वीवर असणाऱ्या निरनिराळ्या प्रकारच्या असंख्य प्राण्यांना एका सूत्रात बांधणारा एकच दुवा आहे आणि तो म्हणजे त्यांच्या शरीरातील पेशीरचना' हे वाक्य होते.

ब्लास्टीमा सिद्धान्त

पेशी म्हणजे काय? पातळ अशा आवरणात सीमित झालेले सूक्ष्म मूलद्रव्य म्हणजे पेशी. प्रत्येक पेशी जिवंत असते. या पेशी कोठून येतात या प्रश्नाचे श्वॉनने दिलेले उत्तर चुकीचे होते. प्रत्येक प्राण्याच्या शरीरात मूलद्राव असतो व या द्रावाच्या स्फटिकीकरणाच्या (Crystallization) प्रक्रियेतूनच पेशींची निर्मिती होते. या मूलद्रावाला श्वॉनने crystoblastema असे नाव दिले. याचा अर्थ असा होता की शरीरातील प्रत्येक पेशीची उत्पत्ती स्वयंस्फूर्त (Spontaneous Generation) असते. श्वॉनचा हा ब्लास्टीमा सिद्धान्त होता. श्वॉनच्या मतानुसार गर्भविकास, प्रदाह व क्षयरोग या तीन बाबींत ब्लास्टीमापासून नव्या पेशी तयार होतात. रक्तातील Fibrin आणि Albumin या प्रथिनांच्या असंतुलनामुळे विकार उद्‌भवतात हा रॉकीटान्स्कीचा सिद्धान्त प्राचीन शरीरद्राव सिद्धान्ताशी मिळता-जुळता होता. श्वॉनचा सिद्धान्त ही त्यापुढील पायरी होती.

सजीवांची उत्पत्ती आपसूक होते ह्या सिद्धान्ताची चलती त्या वेळी होती. त्याला लुई पाश्चरच्या संशोधनाने एकोणिसाव्या शतकात मूठमाती मिळणार होती.

फर्कोचे कार्य

रुडॉल्फ फर्कोच्या नावावर असलेली वैद्यकातील व इतर क्षेत्रांतील अनेक संशोधन कार्ये आता इतिहासजमा झाली आहेत पण त्याचा पेशीसिद्धान्त आजही टिकून आहे व त्याला वैद्यकाच्या पायाभूत सिद्धान्ताचा मान मिळाला आहे. इ.स. १८५५ मध्ये फर्कोने आपला अजरामर सिद्धान्त विस्तृत स्वरूपात मांडला. 'प्रत्येक

पेशी दुसऱ्या पेशीपासून निर्माण होते.' (A new cell from a cell) हा पेशीसिद्धान्त त्याने आपल्या नियतकालिकात प्रसिद्ध केला.

शरीरातील पेशीपासूनच नव्या पेशींची निर्मिती होते; आपोआप किंवा स्वयंस्फूर्तीने नाही. पेशीचे विशिष्ट पद्धतीने विभाजन होऊन एका पेशीच्या दोन पेशी होतात हे फर्कोने सिद्ध केले. विसाव्या शतकातील जनुक सिद्धान्ताचा पेशीसिद्धान्त अग्रदूत (Forerunner) होता. पेशीसिद्धान्तामुळे आधुनिक मानवाच्या शरीरातील प्रत्येक पेशीचे उगमस्थान आदिम मानवाच्या शरीरातील पेशीपर्यंत जात होते. फर्कोची ही संकल्पना क्रांतिकारी होती. आद्यपेशींपासून तयार झालेल्या पेशी एका पिढीतून पुढील पिढीत जातात व मानवी जीवनाचे चक्र अविरतपणे चालू राहते हा पेशीसिद्धान्ताचा गर्भित अर्थ होता.

आपल्या क्रांतिकारी ग्रंथात फर्कोने शरीराच्या अंतररचनेची तुलना समाज-रचनेशी केली. प्रत्येक पेशीचा इतर पेशींशी संबंध असतो. त्यामुळे त्यांचे कार्य एकमेकांवर अवलंबून असते. (भविष्यातील Homeostastis या क्लॉड बर्नाडकृत संकल्पनेचा हा पूर्वाविष्कार होता.) तरीही प्रत्येक पेशीचे कार्य विवक्षित (Specific) असते. समान कार्य करणाऱ्या पेशींच्या उती बनतात व अनेक उतींचे इंद्रिय बनते. शरीरातील पेशींचे जसे एकमेकांशी संबंध असतात व त्यांचे आरोग्य जसे एकमेकांशी निगडित असते त्याचप्रमाणे माणसाचे शारीरिक, भावनिक व नैतिक आरोग्य समाजाशी संबंधित असते या मुद्द्यावर फर्कोने आपल्या ग्रंथात भर दिला. फर्कोच्या पेशीसिद्धान्ताने भविष्यातील संशोधनाला दिशा दिली.

समाजशास्त्रज्ञ फर्को

इ.स. १८४८ मध्ये सायलेशिआ प्रांतात टायफस या विकाराची साथ आली. त्याच वेळी तिथे दुष्काळ पडला. स्थानिक शासनाच्या निष्क्रियतेमुळे तिथे प्राणहानीही बरीच झाली. हजारोंच्या संख्येने शेतकरी मरण पावले. जनतेच्या दबावामुळे तिथे एक कमिशन पाठवण्याचे जर्मन शासनाने ठरवले. त्यात रुडॉल्फ फर्कोचा समावेश होता.

फर्कोने तिथे जाऊन परिस्थितीचा सखोल अभ्यास केला. आपल्या अहवालात त्याने शासनाच्या नाकर्तेपणावर कडक शब्दांत ताशेरे ओढले. हा अहवाल त्याने आपल्या नियतकालिकातही प्रसिद्ध केला. शिक्षण व स्वयंशासन यांचा लाभ झाल्याशिवाय सायलेशिअन जनतेला गती नाही हा फर्कोचा निष्कर्ष जर्मन शासनाला पसंत पडणे शक्य नव्हते.

सामाजिक अन्यायामुळे रोगनिर्मिती होते या संकल्पनेचा फर्कोने हिरिरीने पाठपुरावा केला. टायफस, कॉलरा, क्षय, स्कर्व्ही आणि Certinism या विकारांना सामाजिक विषमता जबाबदार आहे हे फर्कोने ठामपणे सांगितले. सामाजिक विषमता निपटण्यासाठी डॉक्टरांनी प्रयत्न केले पाहिजेत असे तो आवर्जून सांगे. यासाठी फर्कोने राजकारणात उडी घेतली. 'औषधोपचारांनी माणसाची आयुर्मयादा वाढेल पण सामाजिक विषमता सुधारल्यास ती अधिक लवकर वाढेल' असे त्याचे प्रतिपादन होते. समाजकारण करण्यासाठी फर्कोने राजकारण केले.

राजकारण आणि समाजसेवा

इ.स. १८४८ मध्ये फर्को प्रशियन पार्लमेंटमध्ये निवडून आला. त्याने 'Medical Reform' नावाचे नियतकालिक काढले. त्यात तो स्वत:चे शास्त्रीय व राजकीय विचार मांडत असे. त्याची भाषणे नको एवढी परखड असायची. तो निरीश्वरवादी होता व तो ते बिनदिक्कतपणे भाषणांतून सांगत असे. शासनावर तो कडक टीक करी. यामुळे संतापलेल्या जर्मन शासनाने फर्कोला बर्लिन विद्यापीठातील प्राध्यापकपदाचा राजीनामा देण्यास फर्मावले. फर्कोने आपला राजीनामा तत्काळ पाठवला. पण यामुळे आपले शास्त्रीय संशोधन थांबेल याची त्याला जाणीव झाल्यावर त्याने राजीनामा परत घेतला. 'राजकीय मतांचा उच्चार करणार नाही' या अटीवर शासनाने त्याला पुन्हा कामावर घेतले पण त्याची बदली वर्झबर्ग विद्यापीठात केली.

वर्झबर्ग विद्यापीठात स्कॅनझोनी, फॉन कॅलिकेर व क्ष-किरणांचा शोध लावणारा विल्हेल्म रॉंटजेन हे शास्त्रज्ञ काम करीत होते. विद्यापीठातील काही शास्त्रज्ञांना फर्कोचे तिथे येणे पसंत नव्हते. त्यांनी फर्कोला नेमणूक मिळू नये असे प्रयत्न केले पण ते निष्फळ झाले. विद्यापीठात या शास्त्रज्ञांनी त्याच्या हालचालींवर पाळत ठेवली. पण या बाबतीत त्यांची निराशा झाली. कारण वर्झबर्ग विद्यापीठात आल्यावर फर्कोने आपली राजकीय मते बासनात गुंडाळून ठेवली व आपला राजकीय पराभव मान्य केला. वर्झबर्ग विद्यापीठात सात वर्षे काम केल्यावर 'Institute of Pathologic Anatomy' या संशोधन संस्थेत संचालक प्राध्यापक म्हणून तो बर्लिनला परतला. शासनाने त्याला आडकाठी केली नाही.

शास्त्रीय संशोधन

वर्झबर्ग विद्यापीठात फर्कोने स्वत:ला शास्त्रीय संशोधनकार्यात गुंतवून घेतले. त्याच्या अध्यापनाची ख्याती युरोपखंडात पसरली. क्षयविकार, विषमज्वर, यकृताची जलार्बुदे, मूत्रपिंडाचे विकार, पटकी, क्रेटिनिझम, ॲमिलॉयडोसिरा हे विकार आणि त्वचा, नखे, हाडे व कूर्चा (Cartilage) यांच्या सूक्ष्म रचना यांचा त्याने अभ्यास केला. इ.स. १८५१ पासून त्याने वैद्यकातील प्रगतीचा आढावा घेणारे वार्षिक प्रसिद्ध करण्यास प्रारंभ केला व ते काम अंतापर्यंत चालू ठेवले. वैद्यकाच्या प्रगतीसाठी सूक्ष्मदर्शक हे महत्त्वाचे साधन आहे याची फर्कोला खात्री असल्यामुळे तो विद्यार्थ्यांनी सूक्ष्मदर्शकाचा वापर करावा याविषयी सजग असे.

पुन:श्च हरी ओम

फर्कोने सखोल विचार करून राजकारणात परत प्रवेश करण्याचे ठरवले. इ.स. १८५९ मध्ये बर्लिन शहर समितीत तो निवडून आला व त्या पदावर तो बेचाळीस वर्षे राहिला. इ.स. १८६२ मध्ये तो German Progressive Party तर्फे प्रशियन लोकसभेत निवडून आला. इ.स. १८८० ते १८८३ च्या दरम्यान तो जर्मन राई स्टॅगचा सभासद झाला.

बर्लिनमध्ये त्याने सार्वजनिक आरोग्यक्षेत्रात अनेक सुधारणा केल्या. बर्लिनमध्ये त्या काळी खाजगी शौचकूप नव्हती व मध्यवर्ती पाणीपुरवठाही नव्हता. गटारे उघडी होती. उघड्यावर केल्या जाणाऱ्या शौचविधीमुळे बर्लिनमध्ये असह्य दुर्गंधी पसरली होती. फर्कोने हे प्रश्न हाती घेतले. त्याने सांडपाण्याचा प्रश्न सोडवला. रुग्णालयात सुधारणा केल्या आणि जनतेला सार्वजनिक आरोग्याविषयी जागृत करण्याचा प्रयत्न केला. विकल्या जाणाऱ्या अन्नपदार्थांविषयी कडक कायदे केले. परिचारिकांच्या प्रशिक्षणात सुधारणा केल्या.

अयशस्वी राजकारणी

सामाजिक आरोग्यव्यवस्थेच्या शासनात फर्कोला मिळालेले यश राजकारणात मिळाले नाही. राष्ट्रवाद, रूढीवाद आणि वंशवाद या पायऱ्यांवरून साम्राज्यवादाकडे जाणारी जर्मन घोडदौड फर्को रोखू शकला नाही. जर्मनीचा सर्वेसर्वा बिस्मार्क याचा लोकशाहीवर विश्वास नव्हता. यामुळे बिस्मार्क व फर्को यांच्यात सतत वादावादी होत असे. हुकूमशाही व लोकशाही यांमधील हा झगडा

होता. फर्कोने बिस्मार्कच्या एकतंत्री कारभाराला निर्भीडपणे व उघडपणे विरोध दर्शवला.

इ.स. १८६५ मध्ये दोघांमधील संघर्ष ऐरणीवर आला. अर्थखात्याचा प्रमुख या नात्याने फर्कोने जर्मन आरमाराच्या विस्ताराचा प्रस्ताव फेटाळून लावला. त्याने बिस्मार्कची संभावना 'खोटारडा' अशी केली. बिस्मार्कने त्याला खड्गयुद्धाचे आव्हान दिले. बिस्मार्क खड्गयुद्धात प्रवीण होता तर फर्कोला कोणत्याही प्रकारच्या द्वंद्वयुद्धाची साधी तोंडओळखही नव्हती. या आव्हानाची फर्कोने खिल्ली उडवली. आपण स्काल्पेलने लढण्यास तयार आहोत असे त्याने बिस्मार्कला पत्राने कळवले. बिस्मार्कच्या तथाकथित प्रतिष्ठेसाठी आपल्यासारख्या शास्त्रज्ञाचा मौल्यवान जीव धोक्यात घालणे हा मूर्खपणाचा कळस आहे असा शालजोडीतला हाणला.

पण ऑस्ट्रिया विरुद्धच्या युद्धात जर्मनीचा विजय झाल्याने जनमत बिस्मार्कच्या बाजूने झुकले. त्याच्या विरोधकांत फूट पडली. इ.स. १८८० मध्ये फर्को राज्यसभेवर निवडून आला पण तेव्हा त्याचा बिस्मार्कला असलेला विरोध क्षीण झाला होता.

इतर कामगिऱ्या

यानंतर फर्कोने आपले लक्ष मानववंशशास्त्राकडे वळवले. या विषयावर त्याने अनेक शोधनिबंध प्रसिद्ध केले. मी कोण? जीवनाची गंगोत्री कोणती? या विचारवंतांना सतावणाऱ्या प्रश्नांची उकल करावी असे त्याने ठरवले. फर्कोने मानवजातीशास्त्र (Ethnology) आणि उत्खननशास्त्र (Archeology) यांचाही अभ्यास केला. वांशिक मूलस्रोत, संस्कृती व प्राचीन इतिहास यांचा त्याने सखोल अभ्यास केला.

त्याने अनेक संशोधन मोहिमांत भाग घेतला. ट्रॉयच्या मोहिमेत त्याने तेथील रहिवाशांना वैद्यकीय मदत पुरवली. कॉकेशस इजिप्त येथील मोहिमांवरही तो गेला. या त्याच्या मोहिमांत त्याने क्ष-किरणांचा वापर केला. त्या वेळी तो ७४ वर्षांचा होता. मानवी कवटीची वाढ कशी होते याबद्दलचे त्याचे मत अभिजात होते. जर्मन वंशवादाचा तो कट्टा विरोधक होता. मानववंशशास्त्राच्या अभ्यासात मध्ययुरोपातील मूळ रहिवाशांच्या कवट्यांच्या अभ्यासावरून फर्कोने जर्मनीच्या वांशिक श्रेष्ठत्वाच्या दाव्याचा विरोध केला.

इ.स. १८७६ मध्ये आपला मुद्दा सिद्ध करण्यासाठी फर्कोने सदुसष्ट लक्ष जर्मन व शाळकरी मुलांचे डोळे, त्वचा आणि केसांचा रंग यांचा अभ्यास केला व आपला मुद्दा शाबीत केला. इ.स. १८८६ मध्ये ॲडॉल्फ हिटलरच्या जन्मापूर्वी तीन वर्षे फर्कोचा हा शोधनिबंध प्रसिद्ध झाला.

असामान्य व्यक्तिमत्त्व

एकोणिसाव्या शतकातील एक असामान्य व्यक्तिमत्त्व म्हणून फर्कोचा उल्लेख होतो. अलौकिक बुद्धीची त्याला देणगी लाभली होती. त्याची बुद्धी कोणत्याही विषयात विजेसारखी तळपत असे. शास्त्रीय संशोधन, समाजकारण, राजकारण, उत्खननशास्त्र, मानववंशशास्त्र यांसारख्या विषयात त्याने सहजपणे आपली छाप उमटवली. त्याला अनेक भाषा अवगत होत्या. पददलितांविषयी त्याच्या मनात विशेष सहानुभूती होती. आपले विचार रोखठोकपणे मांडण्यात त्याने कधीच कुचराई केली नाही. यासाठी त्याने शासनाचा रोषदेखील पत्करला. वृद्धावस्थेतही त्याची ज्ञानलालसा प्रखर होती. त्याचा पेशीसिद्धान्त हा वैद्यकातील एक मैलाचा दगड मानण्यात येतो.

फर्कोचे संशोधन मूलभूत स्वरूपाचे होते. पण तो इतर संशोधकांचे ऋण मान्य करत नसे. त्याने वैज्ञानिक संशोधनातली सभ्यता पाळली नाही. जर्मन शास्त्रज्ञ रॉबर्ट रीमॅक व इंग्लिश शास्त्रज्ञ जॉन गुडसर यांनीही या विषयात संशोधन केले. पण फर्कोने त्यांची दखल घेतली नाही आणि आपले संशोधन प्रचंड गाजावाजा करून प्रकाशात आणले. त्यामुळे इतरांचे संशोधन म्हणजे मिणमिणत्या पणत्या ठरले.

पेशीचे अमरत्व ही मूळ संकल्पना फर्कोची नव्हती. पण आपले संशोधन इतरांच्या गळी कसे उतरवायचे याची कला फर्कोला उत्कृष्टपणे अवगत होती. असंख्य शास्त्रीय संमेलनांतून, नियतकालिकांतून व ग्रंथांतून आपले संशोधन अधिकाधिक शास्त्रज्ञांच्या समोर येईल याची त्याने काळजी घेतली. त्याची ही वैगुण्ये मान्य करूनही अलौकिक बुद्धिमत्ता, अभिजात संशोधन व सामाजिक बांधिलकी यांचा त्रिवेणी संगम असणाऱ्या रुडॉल्फ फर्कोचे वैद्यकातील स्थान अढळ ध्रुवताऱ्यासारखे आहे.

अचाट कर्तृत्वाच्या आणि विलक्षण बुद्धिमत्तेच्या या शास्त्रज्ञाचे नाव आज विस्मरणात गेले आहे. पेशीसिद्धान्त सोडल्यास त्याचे इतर कर्तृत्व आज फारसे ज्ञात नाही. आजच्या वैद्यकीय विद्यार्थ्याला पेशीसिद्धान्त ठाऊक असेल पण त्याचा जनक कोण या प्रश्नाचे उत्तर देता येणार नाही.

प्रकरण ६

जंतुसिद्धान्त

"Chance favours the prepared mind."

— Louis Pasteur

पूर्वपीठिका

जंतुसिद्धान्ताचा प्रणेता असा वैद्यकीय इतिहासात लुई पाश्चरचा उल्लेख केला जात असला तरी जंतूंचे अस्तित्व वातावरणात असते याची बीजकल्पना मिआस्मा सिद्धान्ताची चलती असणाऱ्या काळात जिरोलॅमो फ्रॅकेस्टोरो या इटालिअन शास्त्रज्ञाने मांडली होती. त्याने व्याधीबीजांची (Disease Seeds) संकल्पना सर्वप्रथम प्रसृत केली. ही बीजे हवेतून किंवा संसर्ग झालेल्या पदार्थातून (Fomites) माणसाच्या शरीरात प्रवेश करतात असे त्याचे प्रतिपादन होते, सतराव्या शतकाच्या मध्यावर रॉबर्ट बॉयल व थॉमस सिडनहॅम यांनी हवेतून पसरणाऱ्या मातीच्या कणांमुळे आजार उद्भवतात असा अंदाज केला होता. याच सिद्धान्ताला मिआस्मा सिद्धान्त (Miasma Theory) असे नाव मिळाले होते.

बाळंतज्वर (Childbed fever)

एकोणिसाव्या शतकापर्यंत प्रसूतीच्या वेळी आसन्नप्रसव स्त्रीला बेफाम ताप चढून विषरक्तता (Septicemia) होऊन त्यामुळे ती दगावण्याचे प्रमाण अतोनात होते. याला हल्ली Puerperal sepsis असे नाव आहे. वातावरणातील दूषित कणांमुळे (Contaminated Particles) हे घडते असे अमेरिकन वैद्यकतज्ज्ञ

ऑलिव्हर वेंडेल होम्स याचे मत होते. पण त्याने आपले मत प्रयोगांनी सिद्ध केले नव्हते.

इ.स. १७८९ ते १७९२ या काळात स्कॉटलंडमधील ॲबर्डीन येथे बाळंतज्वराचे प्रमाण अतोनात वाढल्याचे तेथील स्त्रीरोगतज्ज्ञांना आढळले. डॉ. अलेक्झांडर गॉर्डन याने या घटनेचा अभ्यास केला व त्यासाठी डॉक्टर्स आणि प्रसूतीकर्म (Delivery) करणाऱ्या दाया यांना जबाबदार धरले. पण हे त्याचे फक्त निरीक्षणात्मक मत होते. त्याच्याकडेही वैज्ञानिक पुरावा नव्हता. डॉक्टरांवर रुग्णहत्येचा आरोप केल्यामुळे त्याच्याविरुद्ध गदारोळ झाला. परिणामी गॉर्डनला ॲबर्डीनमधून काढता पाय घ्यावा लागला.

इंग्लंडमधील प्रख्यात सर्जन सिम्पसन याने स्त्री प्रसूत होताना योनिमार्गाला व गर्भाशयाला जखमा होऊन तिथे 'घातक पदार्थ' येतात असा तर्क मांडला. यानंतर इग्नॅझ सेमेलविस या ऑस्ट्रियन शास्त्रज्ञाने शवविच्छेदने करून हे प्रतिपादन सिद्ध केले. त्यानंतर अनेक वर्षांनी या प्रतिपादनाला मान्यता मिळाली.

कॉलरा

इ.स. १८५०च्या दशकात जॉन स्नो या इंग्लिश डॉक्टरने कॉलरा हा विकार दूषित पाण्यामुळे होतो हे निर्णायकपणे दाखवले. लंडनमध्ये पाण्याचा पुरवठा विहिरींतून होत असे. ज्या विभागात कॉलराची साथ होती त्या विभागाला ज्या विहिरीतून पाणी हातपंपाच्या साहाय्याने पुरवले जात असे तो हातपंप काढून टाकल्यावर साथ आटोक्यात आली. हे सर्वेक्षण डॉ. जॉन स्नो याने केले. सर्वेक्षणात्मक अभ्यासाच्या साहाय्याने विकाराचे उगमस्थान शोधून काढण्याचा हा पहिलाच प्रसंग होता. या त्याच्या कामगिरीमुळे ब्रिटिश प्रशासनाने खूश होऊन एका दारूच्या गुत्त्याला जॉन स्नोचे नाव दिले! 'लॅन्सेट' या जगप्रसिद्ध वैद्यकीय नियतकालिकाने स्नोच्या शोधनिबंधाला केराची टोपली दाखवली!

इग्नॅझ सेमेलविस

प्रसूतिकर्म किंवा कोणतीही शस्त्रक्रिया करताना जखमेस होणाऱ्या जंतुसंसर्गाची निश्चित संकल्पना इग्नॅझ सेमेलविस या मूळच्या हंगेरिअन स्त्रीरोगतज्ज्ञाने मांडली. लुई पाश्चरच्या अगोदर नऊ वर्षे ही घटना घडली.

ऑस्ट्रियातील व्हिएन्ना विद्यापीठात सेमेलविस स्त्रीरोगशास्त्राचा प्राध्यापक होता. त्या काळात डॉक्टर्स व दाया स्त्रियांना रुग्णालयात प्रसूत करत असत.

बाळंतज्वराचा प्रादुर्भाव डॉक्टरांनी केलेल्या प्रसूतीनंतरचे प्रमाण दायांनी केलेल्या प्रसूतीनंतरच्या प्रमाणापेक्षा तीस ते चाळीस टक्क्यांनी अधिक आहे हे सर्वप्रथम सेमेलविसच्या लक्षात आले व तो कारणांचा शोध घेऊ लागला.

गर्भवतींची प्रसूती करण्याअगोदर सर्व डॉक्टर्स शवविच्छेदनगृहात जाऊन शवविच्छेदने करून नंतरच प्रसूती कक्षात येत. दाया शवविच्छेदनगृहात जात नसत हे सेमेलविसच्या ध्यानात आल्यावर शवविच्छेदन करणाऱ्या डॉक्टरांकडून गर्भवतींना संसर्ग होत असावा असा त्याने तर्क केला. त्याच्या तर्काला एका दुर्दैवी घटनेने पुष्टी मिळाली. त्याचा मित्र डॉ. जेकब कोलास्का याला तो शवविच्छेदन करताना हाताला जखम झाली. ती चिघळून त्यामुळे विषरक्तता उद्भवली व तो मृत्युमुखी पडला.

कोलास्काच्या कलेवराचे विच्छेदन (Post-Mortem) करण्याचे काम सेमेलविसला करावे लागले. या शवविच्छेदनात सापडलेल्या इंद्रियविकृती त्याला बाळंतज्वराने मृत्युमुखी पडलेल्या स्त्रियांतही दिसल्या होत्या. कोलास्काला रुग्णांच्या कलेवरातील 'दूषित कणां'चा संसर्ग झाला होता. बाळंत झालेल्या स्त्रियांनादेखील तेच झाले असावे हा सेमेलविसचा तर्क सिद्ध झाला होता. बाळंतज्वर टाळण्यासाठी सेमेलविसने एक साधा उपाय अवलंबिला. शवविच्छेदन कक्षातून प्रसूती कक्षात येण्यापूर्वी प्रत्येक डॉक्टरने आपले हात क्लोरिनयुक्त पाण्याने स्वच्छ करावे अशा सूचना त्याने दिल्या. याचा इष्ट परिणाम लगेच दिसला. सेमेलविसच्या अधिकाराखालील प्रसूती कक्षात बाळंतज्वराचे प्रमाण लक्षणीय रीतीने घटले. डॉक्टरांच्या निष्काळजीपणामुळे बाळंतज्वराच्या स्त्रिया दगावतात असा थेट आरोप सेमेलविसने रुग्णालयात केला. त्याने आपले निष्कर्ष 'The Cause, Concept and Prophylaxis of child birth fever' हा शोधनिबंध लिहून प्रसिद्ध केले. सेमेलविसच्या सहकाऱ्यांना हा निष्कर्ष मान्य नव्हता. त्यांनी सेमेलविसची कुचेष्टा केली. सर्व ऑस्ट्रियन वैद्यकीय जग सेमेलविसच्या विरोधात उभे ठाकले.

सेमेलविसचा पारा चढला. त्याने पडते घेण्याचे नाकारले आणि हिरिरीने व नको एवढ्या आवेशाने विरोधकांवर हल्ला चढवला. त्याची भाषा उद्धट व इतरांचा अधिक्षेप करणारी होती. यामुळे आगीत तेल ओतले गेले. रुग्णालयातील वातावरण तापले व विरोधकांनी सेमेलविसला राजीनामा देणे भाग पाडले. सेमेलविसच्या संतापाला पारावर उरला नाही व त्याचे मानसिक संतुलन ढळले. त्याचा सर्वांनाच उपद्रव होऊ लागला व त्याला मनोरुग्णालयात दाखल करण्यात

आले. तिथे त्याची विटंबना करण्यात आली व तिथेच त्याचा मारहाणीने मृत्यू ओढवला. एका प्रतिभावंत शास्त्रज्ञाची शोकांतिका झाली.

सेमेलविसचे द्रष्टेपण व त्याच्या संशोधनाचे महत्त्व त्याच्या मृत्यूनंतर अनेक वर्षांनी शास्त्रीय जगताला कळले. मृत्यूनंतर तीस वर्षांनी हंगेरीमधील बुडापेस्ट येथे त्याचा पुतळा उभारण्यात आला. शास्त्रज्ञ स्वार्थासाठी कोणत्या थराला जाऊ शकतात याचे इग्नॅस सेमेलविस हे वैद्यकीय इतिहासातील उदाहरण आहे. अर्थात याला काही प्रमाणात सेमेलविसचा अहंमन्य व भांडकुदळ स्वभावही कारणीभूत होता.

जोसेफ लिस्टर

इंग्लंडमधील विख्यात सर्जन जोसेफ लिस्टर सेमेलविसचा समकालीन होता. पण त्याला सेमेलविसच्या संशोधनाची माहिती नव्हती. लुई पाश्चरने वातावरणातील सूक्ष्मजीवांचे (Microbes) अस्तित्व दाखवण्यापूर्वीच जंतुनाश (Antisepsis) व जंतुप्रतिबंधन (Asepsis) या संकल्पना लिस्टरने प्रत्यक्षात उतरवल्या. जखमा स्वच्छ करण्यासाठी पूर्वी मद्य व व्हिनेगरचा वापर करत असत. फ्रान्समध्ये यासाठी आयोडीन वापरत असत. इतर जंतुनाशकेही वापरात होती. लिस्टरने यासाठी अधिक प्रभावी जंतुनाशक वापरले. जखमांत झालेला संसर्ग रुग्णाची काळजी घेणाऱ्या डॉक्टरांच्या हातांच्या माध्यमातून फैलावतो हे लिस्टरने प्रयोगांनी सिद्ध केले व जखमा स्वच्छ करण्यासाठी कॅरबॉलिक (Carbolic) अथवा फिनॉल (Phenol) हे रसायन वापरले.

लिस्टर प्रथम एडिंबरात व नंतर ग्लासगो येथे सर्जरीचा प्राध्यापक होता. शल्यक्रिया कक्षात विषरक्तता व गँग्रीन (Gangrene) झालेले अनेक रुग्ण त्याला आढळले. जखमेत प्रदाह (Inflammation) झाला असता तेथे 'पू' (Pus) उत्पन्न होऊन तो सर्व शरीरात पसरतो असा लिस्टरने तर्क लढवला. पाश्चरचा शोधनिबंध योगायोगाने त्याच्या वाचनात आला. अवयव कुजून तिथे गँग्रीन होण्याची प्रक्रिया हवेतील सूक्ष्म जंतूंमुळे होते व संसर्ग न झाल्यास शस्त्रक्रियेचे परिणाम उत्कृष्ट होतात हे त्याच्या ध्यानात आले. गँग्रीन व सडण्याची क्रिया यांत लिस्टरला साम्य आढळले.

शस्त्रक्रियागृहातील उपकरणे, सामग्री, कपडे व सर्जनचे हात यांच्यावर सूक्ष्म जंतू असतात हे पाश्चरने दर्शवले होते. जखम होऊन फाटलेल्या त्वचेवर एखादे जंतुनाशक रसायन वापरण्याची संकल्पना लिस्टरला सुचली. जखमेत

कॅरबॉलिक्मध्ये भिजवलेला कापसाचा बोळा ठेवून मलमपट्टी केल्यास तिथे जंतुसंसर्ग होत नाही हे त्याने दाखवले. शस्त्रक्रिया करण्यापूर्वी रुग्णाच्या त्वचेवर सर्जनच्या हातावर व शस्त्रक्रियागृहात सर्वत्र कॅरबॉलिकचा फवारा मारणे त्याने चालू केले. त्याने केलेल्या यशस्वी शस्त्रक्रियांचे प्रमाण बरेच वाढले.

नेहमीच्या प्रथेप्रमाणे इतर शास्त्रज्ञांनी लिस्टरच्या संशोधनाकडे दुर्लक्ष केले. लिस्टरला स्वत:च्या निष्कर्षांची खात्री असल्यामुळे त्याने विरोधकांकडे दुर्लक्ष केले. प्रतिवाद करण्याच्या भानगडीतही तो पडला नाही. त्याने आपले काम शांतपणे चालू ठेवले.

हवेत कॅरबॉलिकचा फवारा मारण्यासाठी त्याने एक यंत्र तयार केले. हळूहळू जगातील सर्व सर्जन्सना लिस्टरच्या संशोधनाचे महत्त्व पटले व कॅरबॉलिकचा सर्वत्र वापर होऊ लागला. यामुळे शल्यक्रियेनंतर जंतुसंसर्ग होण्याचे प्रमाण बरेच घटले व अधिकाधिक शल्यक्रिया यशस्वी होऊ लागल्या. मोठमोठ्या शल्यक्रियांचा मार्ग निर्वेध झाला.

लिस्टरने शल्यक्रिया करताना जखम शिवण्यासाठी मेंढीच्या आतड्यापासून बनवलेल्या कॅटगटचा (catgut) उपयोग केला. जगातील सर्जन्स त्यानंतर कॅटगट वापरू लागले.

लिस्टरने सेमेलविसने केलेली चूक केली नाही. त्याने विरोधकांकडे पूर्णपणे दुर्लक्ष केले. आपल्या संशोधनातच तो मग्न राहिला. आपल्या संशोधनाविषयी त्याला खात्री असल्याने विरोधकांना आपले मत पटवण्याचा खटाटोप त्याने केला नाही. त्याच्या हयातीतच त्याला अनेक मानमरातब मिळाले. इ.स. १८८३ मध्ये त्याला सरदारकी मिळाली. इ.स. १८८५ मध्ये तो इंग्लंडमधील रॉयल सोसायटीचा अध्यक्ष झाला. इ.स. १८९७ मध्ये राणीने त्याला उमरावकी (Lordship) बहाल केली. १९१२ साली कृतकत्य होऊन त्याचा अंत झाला.

सेमेलविस व लिस्टर

वास्तवात सेमेलविसचे संशोधन क्रांतिकारक होते. आज प्रचलित असलेल्या Clinical Trials चा तो पूर्वीचा आविष्कार होता. सेमेलविस स्वभावाने तापट, अहंमन्य व हट्टाग्रही होता. शांतपणाचा लवलेशही त्याच्याकडे नव्हता. त्याला विरोध सहन होत नसे व विरोधकांचा समाचार घेतल्याशिवाय त्याला चैन पडत नसे. तत्कालीन शास्त्रीय जगत परंपरावादी होते. शास्त्रज्ञ स्वार्थी होते. त्यामुळे सेमेलविसच्या वाट्याला क्रूर हेटाळणी आली व त्याचे जीवन उद्ध्वस्त करून

गेली. आज सेमेलिविसचे नाव इतिहासात गडप झाले आहे. बुडापेस्टमधील त्याचा पुतळा शास्त्रीय जगताने त्याच्या केलेल्या हेटाळणीचे प्रतीक झाला आहे.

जोसेफ लिस्टरचा स्वभाव व सेमेलविसचा स्वभाव या दोहोंत दोन ध्रुवांएवढे अंतर होते. लिस्टर आर्जवी, नम्र, शांत व शांतपणे आपले ध्येय गाठणारा शास्त्रज्ञ होता. इतिहासात लिस्टरचे नाव अजरामर झाले. Antisepsis व Asepsis या संकल्पनांचा जनक लिस्टर याच्याकडे शल्यक्रिया निर्धोक करण्याचे श्रेय जाते. पण आजच्या प्रतिजैविकांच्या युगात प्रतिजैविकांचा शोध लागण्यापूर्वीचे लिस्टरचे कार्य आज फारसे ज्ञात नाही. कालाय तस्मै नम:!

जैविक युद्ध

ज्याला आज Biological Warfare असे म्हटले जाते अशा प्रकारच्या लढाया मध्ययुगात होत असत. इ.स. १३४७ मध्ये काफा शहराला वेढा घालणाऱ्या टार्टरांनी प्लेगला बळी पडलेल्या आपल्या सैनिकांची प्रेते शहरात टाकण्याचे अघोरी कृत्य केले. सोळाव्या शतकात स्पॅनिश वसाहतकारांनी हीच युक्ती अमेरिकेत वापरली. रेवरंड मॅथरला त्यात परमेश्वरी हस्तक्षेपाचा साक्षात्कार झाला. अठराव्या शतकात सर जेफ्रे ॲमहर्स्ट याने इंग्लंडच्या अमेरिकेतील ब्रिटिश वसाहतीत कर्नल हेन्री बोके याला रेड इंडियनांना देवी झालेल्या रुग्णांची पांघरुणे व कपडे दान करावे अशी सूचना दिली. जैविक युद्धाचा हा अठराव्या शतकातील आविष्कार होता.

साथीचे रोग

उपदंश (syphilis) या गुप्तरोगामुळे सांसर्गिक (contagious) विकारांची कल्पना घट्टपणे रुजली. लैंगिक संबंधांमुळे रोग पसरतो हे समजले. पण याचबरोबर परमेश्वरी कोपालाही स्थान मिळाले. दुर्वर्तनामुळे परमेश्वराने केलेली ही शिक्षा अशी अंधश्रद्धा फैलावली.

देवी-रोगाच्या साथींनी विकार सांसर्गिक असतात ही संकल्पना दृढमूल झाली. धर्मयुद्धांवरून (Crusades) परतणाऱ्या सैनिकांनी देवीची साथ युरोपात आणली. साथीच्या रोगातील सूक्ष्म जंतूंची भूमिका त्या काळी नक्कीच ठाऊक नव्हती. पण विकारांची कारणे न समजताही त्यांचा वापर जीवितहानीसाठी करावा ही अघोरी प्रवृत्ती होती.

ॲनिमलक्यूल

इ.स. १६८३ मध्ये विकार-कारणांचा सुगावा लागावा अशी एक महत्त्वाची घटना घडली. त्यापूर्वी विकारांची कारणे शोधून काढण्याचे प्रयत्नही होत नसत. कारण विकारांना कारणे असतात ही कल्पनाच अस्तित्वात नव्हती. रोगोपचार लक्षणानुवर्ती होते. 'विशिष्ट विकाराला विशिष्ट कारण' ही संकल्पना करणे डॉक्टरांच्या कुवतीपलीकडचे होते. 'मानसिक संतुलन गमावलेला माणूसच अशी संकल्पना मांडू शकतो' हे फ्लॉरेन्स नाईटिंगेलचे उद्‌गार तत्कालीन विचारसरणीचे निदर्शक होते.

या पार्श्वभूमीवर हॉलंडमधील एक सामान्य कापडविक्रेता अँटनी लेवनहक याने सूक्ष्मदर्शक यंत्र तयार केले व त्यातून जे मिळेल ते बघण्याचा धडाका लावला. सूक्ष्मदर्शक यंत्रातून लेवनहकला एकदा वळवळणारे जिवंत सूक्ष्मजीव दिसले. Animalcules (छोटे प्राणी) या नावाने त्याने त्यांचे बारसे केले. ते रोगकारक असतील याची कल्पना त्याला येणे शक्य नव्हते. शास्त्रज्ञांनाही याची कल्पना आली नाही. प्रारंभी या उपकरणाकडे शास्त्रज्ञ संशयाने पाहत असत. निरीक्षणातून मिळालेली माहिती कितपत विश्वासार्ह असेल यावर कडाक्याच्या चर्चा होत असत. सूक्ष्मदर्शक यंत्रामुळे वैद्यकाचे क्षितिज विस्तारणार होते. मानवी शरीराचा अभ्यास सूक्ष्म स्तरावर करणे शक्य होणार होते. पण त्याची महती तत्कालीन शास्त्रज्ञांनादेखील कळली नाही. एका सामान्य कापडविक्याने वैद्यकात तंत्रयुगाचा (Age of Technology) प्रारंभ केला होता.

सडणे आणि आंबणे

या सुमारास सडणाऱ्या सेंद्रिय (organic) पदार्थांत माशांच्या अळ्या सापडणे व मद्य आंबणे या नेहमी आढळणाऱ्या दोन प्रक्रियांनी शास्त्रज्ञांचे लक्ष वेधून घेतले होते. अळ्या कोठून येतात व मद्य का आंबते या प्रश्नांची उत्तरे शोधण्याचा शास्त्रज्ञांचा प्रयत्न होता.

या पार्श्वभूमीवर फ्रान्समधील रसायनतज्ज्ञ लुई पाश्चर आंबण्याच्या प्रक्रियेचा शोध घेऊ लागला. मद्यनिर्मितीच्या प्रक्रियेत टार्टारीक ॲसिड तयार होते व त्यामुळे मद्य आंबते (Fermentation) हे पाश्चरने सिद्ध केले. पण आंबण्याची प्रक्रिया रासायनिक नसून जैविक (Biological) आहे असे त्याचे मत होते. ही जैविक प्रक्रिया वातावरणातील सूक्ष्मजीवांमुळे घडते असे त्याचे प्रतिपादन होते. ते त्याने प्रयोग करून सिद्ध केले.

आंबणे

आंबण्याच्या प्रक्रियेत यीस्ट ही बुरशी घालण्याची पद्धत आहे. यीस्ट सूक्ष्मजीव आहे हे पाश्चरने प्रयोगांनी सिद्ध केले. इ.स. १८५७ मध्ये त्याने सूक्ष्मदर्शकातून यीस्टचे निरीक्षण केले. त्यात त्याला 'पेशी' आढळल्या. जुन्या पेशींपासून नव्या पेशी तयार होतात हे त्याला प्रत्यक्ष दिसले. आंबण्याची प्रक्रिया रासायनिक असते या मताचा खंदा पुरस्कर्ता श्रेष्ठ रसायनतज्ज्ञ जस्टस लेबिग हा होता. पण सूक्ष्मदर्शकात आढळणाऱ्या पेशींच्या साखळ्या कोणत्याही रासायनिक प्रक्रियेत होणे शक्य नव्हते. यास्तव यीस्ट हे सूक्ष्मजीव आहेत हे पाश्चरने ठामपणे सांगितले. मद्य विशिष्ट अंशापर्यंत तापवल्यास सूक्ष्म जंतू मरतात व मद्य आंबत नाही हे त्याने प्रयोग करून सिद्ध केले. या संकल्पनेच्या साहाय्याने पाश्चरने दूध नासू नये म्हणून पाश्चरायझेशनचे तंत्र विकसित केले. पाश्चर व लेबिग यांच्यात त्यामुळे मोठा वाद झाला. पाश्चरने लेबिगला प्रयोग करण्याचे आव्हान दिले. लेबिगने ते स्वीकारले नाही व अप्रत्यक्षपणे आपला पराभव मान्य केला.

सडणे

सडलेल्या मांसाच्या तुकड्यात काही काळानंतर अळ्या (Maggots) सापडतात. हे कसे होते हादेखील कडाक्याच्या वादाचा विषय होता. सडणाऱ्या पदार्थात आपोआप अळ्या निर्माण होतात असे एक मत होते. हा सिद्धान्त 'स्वयंस्फूर्त प्रजनन' (Spontaneous Generation) या नावाने ओळखला जातो. तो विवादास्पद ठरला.

स्वयंस्फूर्त प्रजननाचा सिद्धान्त चर्चमधील धर्ममार्तंडांना पसंत नव्हता. कारण त्यामुळे ईश्वराचे व पर्यायाने पृथ्वीवरील ईश्वराच्या प्रतिनिधीचे महत्त्व कमी झाले असते. पाश्चरला हा सिद्धान्त वैज्ञानिक दृष्टिकोणातून स्वीकारार्ह वाटत नव्हता. मांसाच्या तुकड्याचा हवेतील सूक्ष्म जंतूंशी संपर्क आला की तो सडतो असे त्याचे प्रतिपादन होते. अनेक शास्त्रज्ञांचेही हेच मत होते.

फ्रॉन्सिस्को रेडी या शास्त्रज्ञाने सडलेल्या मांसाचा तुकडा पूर्णपणे आच्छादित केल्यास व त्याचा हवेशी संपर्क न आल्यास त्यात अळ्या दिसत नाहीत हे प्रयोग करून सिद्ध केले. माशांच्या (Fly) अंड्यांपासून अळ्या निर्माण होतात असे रेडीचे मत होते. कपड्यात गुंडाळलेल्या तुकड्याचा हवेशी संपर्क न आल्यामुळे त्यात अळ्या दिसत नाहीत असे त्याचे प्रतिपादन होते.

सेंद्रिय पदार्थ तापवून तो निर्वात केलेल्या भांड्यात ठेवल्यास त्यातील सूक्ष्म जंतू नष्ट होतात व तिथे नवे सूक्ष्म जंतू आढळत नाहीत असा प्रयोग काही शास्त्रज्ञांनी केला. त्यानंतर काही वर्षांनी इटालिअन धर्मोपदेशक लाझारो स्पॅलनझानी याने काटेकोरपणे प्रयोग करून हवेशी संपर्क आल्यानेच सडणाऱ्या मांसात अळ्या निर्माण होतात हे निर्णायकपणे सिद्ध केले.

स्पॅलनझानीनंतर तसेच प्रयोग थिओडोर श्वॅनने केले. त्यानेदेखील आंबणे व सडणे या दोन्ही प्रक्रिया जैविक आहेत असे आग्रहाने सांगितले. ब्रिटिश डॉक्टर विल्यम फार याने Zymotic Diseases ची संकल्पना मांडली. हवेतील सेंद्रिय कणांमुळे (Particles) शरीरातील रासायनिक प्रक्रियांना चालना मिळते व त्यामुळे शरीरात सडण्याची प्रक्रिया होऊन विकार उद्‌भवतात असे त्याचे मत हेते. या सिद्धान्ताला फारसा पाठिंबा मिळाला नाही व तो विस्मृतीत गेला.

जंतुसिद्धान्त

लुई पाश्चर या मूळच्या रसायनशास्त्रज्ञाने आपले लक्ष जीवशास्त्राकडे वळवले. त्याने अनेक काटेकोर प्रयोग करून हवेत सूक्ष्म जंतू असतात हे निर्णायकपणे सिद्ध करून स्वयंस्फूर्त प्रजनन सिद्धान्ताला छेद दिला. समुद्रसपाटीवरील वातावरणात आणि डोंगराळ उंच प्रदेशातील वातावरणात सूक्ष्म जंतूंचे अस्तित्व सिद्ध करून समुद्रसपाटीवरील वातावरणात सूक्ष्म जंतूंचे प्रमाण अधिक असते हे त्याने सिद्ध केले. लुई पाश्चरने 'जंतुसिद्धान्त' मांडला. पाश्चरच्या सिद्धान्ताला फ्रान्समधील विद्वत्‌सभेने मान्यता दिली.

यानंतर पाश्चरने Rabies (श्वानदंश) या विकाराविरोधी लस शोधून काढली. अँथ्रॅक्स व कॉलरा या विकारांच्या सूक्ष्म जंतूंचा शोध लावून अँथ्रॅक्सविरोधी लस त्याने तयार केली. पाश्चरला फ्रान्समध्ये महानायकाचे स्थान मिळाले. नेपोलिअननंतर फ्रान्सला मिळालेला हा दुसरा महानायक. पॅरिसमध्ये त्याच्या स्मरणार्थ पाश्चर इन्स्टिट्यूट ही संशोधन संस्था स्थापन करण्यात आली.

सूक्ष्मजीवशास्त्र

पाश्चरच्या संशोधनकार्यानंतर सूक्ष्मजीवांचा अभ्यास सुरू झाला. या नवीन शास्त्राची उभारणी वैज्ञानिक स्तरावर करणारा शास्त्रज्ञ होता, जर्मनीतील डॉ. रॉबर्ट कॉख. तो वयाने पाश्चरहून लहान होता. त्याने सूक्ष्म जंतूची ओळख कशी पटवावी याचे काही वैज्ञानिक नियम सांगितले. या नियमावलीला Koch's Postulates

असे नाव मिळाले. सूक्ष्मजीवशास्त्राची इमारत कॉखच्या गृहीतकांवर उभारली आहे. सूक्ष्म जंतू शरीरात विकार निर्माण करतात हे त्याने सर्वप्रथम सिद्ध केले. क्षयरोगाच्या सूक्ष्म जंतूंचा शोध हे त्याचे सर्वश्रेष्ठ कार्य. तेव्हापासून क्षयरोगाला Koch's Disease असे नाव मिळाले. इ.स. १८८३ मध्ये त्याने कॉलऱ्याचे जंतू संवर्धित केले. यानंतर कॉखने अँथ्रॅक्सचे रोगजंतू बीजकणांच्या (spores) रूपात हवेत टिकून राहतात व उष्णतेला दाद देत नाहीत हे दाखवले. या बीजकणांमुळेच गुरांना अँथ्रॅक्स रोग होतो असा त्याने निष्कर्ष काढला.

पण नंतर क्षयरोगावर औषध काढल्याचा त्याचा दावा फोल ठरला. त्याने तयार केलेल्या Tuberculin या रसायनाचा उपयोग क्षयरोगाचे निदान करण्यासाठी (Mantoux Test) होऊ लागला. त्याच्या चुकीच्या संशोधनानेही सूक्ष्मजीवशास्त्रात महत्त्वाची भर घातली ! रॉबर्ट कॉख हे जर्मनीचे फ्रान्सच्या लुई पाश्चरला उत्तर होते. त्याला असंख्य मानमरातब मिळाले पण ट्यूबरक्यूलिनवरील चुकीच्या संशोधनामुळे त्याची नाचक्की होऊन त्याला इजिप्तला परागंदा होण्याची वेळ आली. क्षयरोग प्रतिबंधक लस शोधून काढण्याचे श्रेय फ्रेंच शास्त्रज्ञ आल्बर्ट काल्मेट व जीन मारी ग्युएरिन यांना मिळाले. त्यांची BCG ही लस आजही बालकांना देण्यात येते.

यानंतर पुढील दहा वर्षांत अनेक संसर्गजन्य विकारांना कारणीभूत होणाऱ्या सूक्ष्म जंतूंचा शोध लागला. त्यातून काही रोगांविरुद्धच्या प्रतिबंधक लसींचे संशोधन झाले. विकारांची कारणे शोधण्याची प्रवृत्ती बळावली. विशिष्ट विकार समजल्यावर त्यावर विशिष्ट उपचार शोधून काढण्याची शास्त्रज्ञांत अहमहमिका लागली. विसाव्या शतकात प्रतिजैविक युगाचा प्रारंभ होऊन पाश्चात्त्य देशांत अनेक सांसर्गिक रोगांचे उच्चाटन झाले.

लुई पाश्चर व रॉबर्ट कॉख यांचा अपवाद वगळल्यास या कार्यात स्वतःस जुंपून घेतलेले अनेक शास्त्रज्ञ आज विस्मृतीच्या दरीत दिसेनासे झाले आहेत.

प्रकरण ७

माणूस आणि मच्छर

"I know this little thing
A myriad men will save
O, Death where is thy sting?
They Victory, O grave?"

— Ronald Ross

"The angel of fate fortunately laid his hand upon my head."

— Ronald Ross

विकसनशील देशातील पोटापाण्यासाठी शहरात आलेले मजूर, लोकशाहीचे रक्षण (!) करण्यासाठी विकसित राष्ट्रांतून अविकसित राष्ट्रांत येणारे सैनिक, गर्भवती, लहान मुले, जगप्रवासी आणि कामानिमित्ताने जगभर हिंडणारे उद्योगपती यांचा कर्दनकाळ ठरलेला मलेरिया हा विकार इतिहासपूर्वकाळातही पृथ्वीवर पाय रोवून होता.

कूळकथा

आदिमकाळात सर्वप्रथम सरपटणाऱ्या प्राण्यांत मलेरिया या विकाराने ठाण मांडले असावे असा संशोधकांचा तर्क आहे. त्यांच्याकडून मच्छरांना मलेरियाची भेट मिळाली असावी. (हा प्रकार उलट दिशेने झाला असल्याची शक्यता आहे.)

माणसातील मलेरियाच्या जिवाणूच्या (Plasmodium) काही जाती ओरँगउटँग, चिंपाझी व गोरिला या माकडांत मलेरियाची लक्षणे निर्माण करू शकतात. बहुधा वानरसदृश आदिमानवाकडून त्यांच्या वंशजांना मिळालेला हा ठेवा असावा.

कोट्यवधी वर्षांपूर्वी मलेरिया सर्वप्रथम कोठे उद्‌भवला असेल याविषयी आज केवळ तर्क करता येतो; कारण मलेरियाची नावनिशाणीही शरीरात उरत नाही. पृथ्वीवरील पहिला मानवप्राणी आफ्रिका खंडात वास्तव करून होता हे आज मान्य झाले आहे. दीड दशलक्ष वर्षांपूर्वी वानराचे रूपांतर मानवसदृश होमोइरेक्टसमध्ये (Homoerectus) झाले. हा वानर-मानव भटकंती करू लागला व आशिया खंडात आला. आशियातच त्याला मलेरियाची लागण झाली असावी. आफ्रिकेत आजही वानरांना होणाऱ्या मलेरियाचे प्रमाण नगण्य आहे. आफ्रिकन वानरांत आढळणाऱ्या मलेरियाचे प्लाझ्मोडिअम आणि माणसातील प्लाझ्मोडिअम यांच्यात कसलेच साम्य नाही. यावरून माणसाची आणि प्लाझ्मोडिअमची गाठ आफ्रिकेत पडली नसावी असा तर्क करता येतो. याउलट दक्षिण-पूर्व आशियातील वानरांमध्ये प्लाझ्मोडिअमचे विविध प्रकार आढळतात. यातील काहींचे माणसातील प्लाझ्मोडिअमशी साम्य आहे. त्यांचा माणसाला उपद्रव होऊ शकतो. म्हणूनच वानरांतील प्लाझ्मोडिअमच्या दोन जातींच्या जिवाणूंचे रूपांतर माणसात आढळणाऱ्या व्हायवॅक्स (vivax) व फाल्सिपारम (Falciparum) या प्रकारच्या जिवाणूत होत असावे असा तर्क करता येतो. पण याला निश्चित स्वरूपाचा पुरावा नाही.

मलेरियाचा फैलाव

होमोइरेक्टसचे (Homoerectus) रूपांतर होमोसेपिअन्समध्ये (Homosapians) इ.स. दोन लाख वर्षे या सुमारास झाले. होमोसेपिअन्स आफ्रिकेतून युरोप खंडात आले. त्यांनी मलेरियाचे जिवाणूही आणले. ॲनाफिलिस (Anopheles) जातीचे डास तिथे त्यांची आतुरतेने वाट पाहत होते. १९४० पर्यंत दक्षिण अमेरिकेत मलेरिया ठाण मांडून होता. आजही काही प्रमाणात आहे. अमेरिकेतील यादवी युद्धात पन्नास टक्के गोरे व ऐंशी टक्के काळे सैनिक मलेरियाने ग्रस्त होते.

क्रिस्टोफर कोलंबस येण्यापूर्वी उत्तर अमेरिकेत मलेरिया नव्हता. माणसातही आणि वानरातही. सोळाव्या शतकात युरोपिअन वसाहतकार आपल्या आफ्रिकन गुलामांसह दक्षिण अमेरिकेत मलेरियाचा जिवाणू घेऊन आले. ॲनाफिलिस डास

तिथे हजर होतेच! अमेरिकेत वानर व माणूस यांच्यामध्ये मलेरिआचा प्लाझ्मोडिअम हा एक दुवा आहे की काय याचे मोठ्या प्रमाणात संशोधन झाले आहे. या संशोधनात मलेरियाच्या जिवाणूच्या नवीन जाती प्रकाशात आल्या, पण वानरातील मलेरिया माणसाला किंवा माणसातील मलेरिया वानराला होतो काय हा कूट प्रश्न अजूनही अनुत्तरित आहे.

फाल्सिपारम जिवाणू

फाल्सिपारम जातीच्या प्लाझ्मोडिअमचे वांशिक साम्य पक्ष्यांतील प्लाझ्मोडिअमशी(Plasmodium Malariae) आहे. आदिमकाळात ॲनाफिल्सिस डासांची संख्या सीमित होती. त्यांच्या पैदासीला लागणारे वातावरण तिथे नसावे. शिकारी मानव तेव्हा भटके जीवन जगत होता; आफ्रिकेतील मूळ रहिवाशी (Aborigines) एका जागी स्थिर झाले तेव्हापासून फाल्सिपारमही तिथे स्थिरावला. मादागास्करमध्ये मलायी लोक आले व एका जागी राहून शेती करू लागले. आफ्रिकेतही शेती होऊ लागली. जंगलात वृक्षतोड होऊ लागली. मलेरियाचा तेथील प्रादुर्भाव वाढला. नंतर भारतीय आफ्रिकेत आले. त्यांच्या रक्तातील हेमोग्लोबिन (Hemoglobin) विकृत होता. भारतीयांनी आपला विकृत हेमोग्लोबिन आफ्रिकनांना बहाल केला. या विकृत हेमोग्लोबिनमुळे मलेरियापासून संरक्षण मिळते हे नंतर लक्षात आले. पण नॉर्मल हेमोग्लोबिनची कमतरता असल्यामुळे रक्तातील तांबड्या पेशी विळ्याचा आकार घेतात व त्यामुळे रक्तक्षय (Anemia) होतो. या प्रकारच्या रक्तक्षयाला 'Sickle Cell Anemia' असे नाव मिळाले.

प्राचीन काळातील मलेरिया

इ.स. पूर्वी ६००० ते ५००० वर्षांपासून माणूस चिन्हांच्या लिपीत लेखन करू लागला. इराकमध्ये सुमेरिअनांनी मलेरियाच्या ज्वराशी जुळणाऱ्या ज्वराचे सर्वप्रथम वर्णन केले. असेरिअन सैनिकांनी जॉर्डनवर हल्ला चढवला असता मलेरियाने त्यांचा नि:पात केला. प्राचीन चिनी भूर्जपत्रात (इ.स.पू. २७००) मलेरियासदृश दोन प्रकारच्या ज्वरांची वर्णने आहेत. त्यात सुजलेल्या प्लीहेचे (spleen) उल्लेख आहेत. मलेरियाच्या ज्वरात प्लीहेला सूज येते याचा हा प्रथम झालेला उल्लेख. चीनमध्ये यिन (Yin) व यँग (Yang) या मूलतत्त्वांच्या असंतुलनामुळे मलेरिया उद्‌भवतो असा समज होता. इ.स.पू. १६०० च्या सुमारास लिहिल्या गेलेल्या भारतीय वेदवाङ्मयातही मलेरियासदृश ज्वराचे उल्लेख

आहेत. यानंतर एक हजार वर्षांनी मलेरियाचे युरोपमध्ये आगमन झाले. इ.स.पू. ६०० वर्षांपासून ग्रीसचे पूर्वेकडील देशांशी व आफ्रिकेशी व्यापारी संबंध प्रस्थापित झाले. सैनिक, व्यापारी व गुलामांनी मलेरियाच्या जिवाणूची ग्रीसमध्ये आयात केली. तेथे ॲनाफिलिस डास त्यांची वाट पाहतच होते. इ.स.पू. चौथ्या शतकापर्यंत रोमन साम्राज्यातही मलेरियाने घट्ट पाय रोवले होते. काही इतिहास-संशोधकांच्या मते रोमन साम्राज्याच्या ऱ्हासाला मलेरियादेखील कारणीभूत होता!

हिपोक्रॅटिसने या ज्वराचे प्रत्ययदर्शी वर्णन केले. परिसराचा या ज्वराशी संबंध असावा असा अंदाज त्याने व्यक्त केला. दलदलीच्या प्रदेशात हा ज्वर विशेष करून आढळतो हे त्याचे निरीक्षण नेमके होते. तरीही ज्वर शरीरद्रावांच्या असंतुलनाने होतो हे त्याचे पक्के मत होते. दलदलीतील दूषित पाणी प्यायल्यामुळे शरीरद्रावांचे असंतुलन उद्‌भवते असा त्याने उल्लेख केला आहे.

इ.स.पू. २०० वर्षांपर्यंत ग्रीक सत्तेचा ऱ्हास होऊन इटलीमध्ये रोम येथे सत्तेचा केंद्रबिंदू तयार झाला. मलेरियानेही रोममध्ये हातपाय पसरले. मलेरियाची लक्षणे ग्रीकांनाही ठाऊक होती. पण लक्षणांचे कारण समजण्यास विसावे शतक उजाडावे लागले.

अर्वाचीन काळातील संहारक मलेरिया

१९३० साली मुसोलिनीने दलदलीच्या प्रदेशातील पाण्याचा निचरा करण्याची मोहीम हाती घेतली. मलेरियाला 'रोमन ज्वर' असेही नाव आहे. अठराव्या शतकाच्या मध्यावर ज्वराला 'मलेरिया' हे नाव मिळाले. (Mal = दूषित, Air = हवा) इंग्लिश लेखक होरेस वाल्पोत्र याने इ.स. १७४० मध्ये ही संज्ञा सर्वप्रथम वापरली. इ.स. १७४३ मध्ये जॅक्वीअर व इ.स. १७५० मध्ये टॉर्टी यांच्या प्रकाशित झालेल्या ग्रंथांत मलेरिया हे नाव आढळते.

१९९० च्या दशकात — रॉकेट्स व जनुक अभियांत्रिकीचा कालखंड — २५० दशलक्ष माणसांना मलेरियाने सतावले. त्यातील एक टक्का लोक मृत्युमुखी पडले असावेत. मलेरियासंबंधीची संपूर्ण माहिती आज शास्त्रज्ञांना आहे तरी मलेरियामुळे होणारी प्राणहानी अजूनही पूर्णत: आटोक्यात आलेली नाही. पाठीचा कणा असणाऱ्या (Vertebrates) सर्वच प्राण्यांना मलेरिया ग्रासू शकतो. दोन महायुद्धांदरम्यानच्या काळात पक्ष्यांत आढळणाऱ्या मलेरियाच्या प्लाझ्मोडिअमवर मलेरियाविरोधी औषधांचे प्रयोग करण्यात आले. जर्मनीमध्ये Canary व इंग्लंडमध्ये Chickens वर प्रयोग झाले. आशिया खंडातील प्रवासी पक्ष्यांनी हवाई

बेटातील पक्ष्यांना एकोणीस व विसाव्या शतकांत मलेरियाची देणगी दिली. त्यापूर्वी हवाई बेटात औषधालाही डास नव्हते. युरोपिअन खलाशांच्या जहाजातील साठवलेल्या पाण्याच्या पिंपांतून युरोपिअन डास या बेटात आले. केवळ पक्ष्यांनाच या बाबतीत दोषी ठरवणे अन्यायकारक ठरेल!

स्थानिक स्वरूपात सतत ठाण मांडून बसणाऱ्या विकारांमध्ये (Endemic) मलेरिया हा जगातील सर्वात गंभीर असणारा रोग आहे, याची प्रचीती सर्वप्रथम पनाम्याचा कालवा उभारताना आली. फ्रेंच उद्योजक फर्डिनांड डी लेसेप याच्या पुढाकाराने सुरू झालेल्या या प्रकल्पात काम करणारे सुमारे ५००० मंजूर मलेरियाच्या भक्ष्यस्थानी पडले. तेव्हापासून मलेरियाची गंभीरपणे दखल घेतली जाऊ लागली.

कारणमीमांसा

सूक्ष्मदर्शक यंत्राचा शोध लागण्यापूर्वी मलेरियाच्या कारणांविषयी अनेक तर्क प्रचलित होते. चीनमध्ये यिन-यँग या मूलतत्त्वांचे असंतुलन, ग्रीसमध्ये दूषित पाणी व हवा यांचा शरीराशी संपर्क (मिआस्मा) आणि भारतात त्रिदोषांचे (वात, पित्त, कफ) असंतुलन यामुळे रोगोत्पत्ती होते असा समज होता. अर्वाचीन काळातही काही जंगली आदिवासी जमातींत प्राचीन समजुतींचा प्रभाव आढळतो. यामुळे मलेरियाविरोधी औषधे घेणे त्यांना अमान्य असते.

मलेरियामुळे मरण पावलेल्या रुग्णांची प्लीहा (spleen), यकृत (Liver) व मेंदू काळ्या/करड्या रंगाचे असतात हे हिपोक्रॅटिसच्या काळातही ठाऊक होते. हा रंग काळ्या पित्तामुळे (Black Bile) येतो असा समज होता. अठराव्या शतकापर्यंत शरीराद्रावसिद्धान्ताची संकल्पना (Humoral theory) मागे पडली होती. लीनियस या शास्त्रज्ञाच्या मतानुसार चिकणमाती मिश्रित पाण्यातील चिकणमातीचे कण रक्तवाहिन्यांत रुतून बसतात व त्यामुळे मलेरियाची लक्षणे उद्‌भवतात. इ.स. १८७९ मध्ये एडविन क्लेब्ज व टोमासी क्रुडेली यांना साचलेल्या पाण्यात एक सूक्ष्मजीव सापडला. ते पाणी त्यांनी सशांना टोचले असता त्यांना मलेरिया झाला. पण हा प्रयोग पुन्हा केल्यावर यशस्वी झाला नाही. त्यामुळे मलेरिया सूक्ष्मजीवांमुळे होतो ही संकल्पना काही काळ मागे पडली.

लष्कर आणि मलेरिया

लष्करामधील डॉक्टरांना युद्धकाळाप्रमाणे शांततेच्या काळातही भरपूर काम

असते. संसर्गजन्य रोग हे लष्कराचे मोठे शत्रू आहेत. उष्ण कटिबंधात (Tropics) कार्यरत असणाऱ्या लष्करी डॉक्टरांना तेथील वैशिष्ट्यपूर्ण विकारांशी सामना करावा लागतो. शीत कटिबंधात याचा अनुभव त्यांना नसतो. हवेतून व लैंगिक संबंधांतून सैनिकांना संसर्गजन्य रोग होतात. म्हणूनच उष्ण कटिबंधीय विकारांच्या संशोधनांत लष्करी डॉक्टरांचे लक्षणीय योगदान आहे. काळा आजार (Kala-azar — Leishmaniasis) आणि मलेरिया या विकारांच्या कारणांचा उलगडा लष्करी डॉक्टरांच्या संशोधनामुळे झाला आहे. मलेरिया संशोधनातील सिंहाचा वाटा फ्रेंच लष्करातील डॉ. चार्ल्स लुई आल्फान्स लॅवेरान आणि ब्रिटिश लष्करातील डॉ. रोनाल्ड रॉस या दोन संशोधकांचा आहे.

आल्फान्स लॅवेरान

इ.स. १८७८ मध्ये लॅवेरानला मलेरियाकारक आद्य जीव अल्जेरियातील फ्रेंच सैनिकांच्या रक्तात सापडला. फ्रेंचांनी अल्जेरियात भातशेती सुरू केली व तिथे भाताबरोबर ॲनाफिलिस डासांचेही पीक आले. लॅवेरानला रुग्णांच्या रक्तात अर्धचंद्र व पूर्णचंद्राकृती आणि सूक्ष्मकेश (Cilia) असलेले, सतत वळवळणारे सूक्ष्मजीव दिसले. काही सूक्ष्मजीव अंगठीसारखे होते. प्लाझ्मोडिअमच्या जीवचक्रातील ही प्रारंभीची अवस्था होती. लॅवेरानने आपले निष्कर्ष फ्रेंच अकादेमीकडे पाठवले. अकादेमीतील विद्वानांनी निष्कर्षांना सत्वर केराची टोपली दाखवली. इटालिअन शास्त्रज्ञांनी लॅवेरानची टर उडवली. लॅवेरानला आढळलेले 'पदार्थ' म्हणजे अपकर्षित (Degenerated) श्वेतपेशी व रक्तपेशी आहेत असा त्यांचा निष्कर्ष होता.

लॅवेरानच्या शोधानंतर इ.स. १८८४ मध्ये सुधारित सूक्ष्मदर्शकातून प्लाझ्मोडिअम अधिक स्पष्टपणे दिसले तरीही जर्मन शास्त्रज्ञ रॉबर्ट कॉख याने लॅवेरानच्या संशोधनास मान्यता दिली नाही. शेवटी इ.स. १८८४ मध्ये म्हणजे संशोधनानंतर सात वर्षांनी इटालिअन शास्त्रज्ञांनी लॅवेरानच्या संशोधनाला मान्यता दिली. त्यानंतर अकरा वर्षांनी म्हणजे १९०७ साली लॅवेरानला नोबेल पारितोषिक मिळाले.

इटालीतील संशोधन

एव्हाना इटालिअन शास्त्रज्ञांना पक्ष्यांतही प्लाझ्मोडिअमचे दर्शन झाले. कॅमिलो गॉल्गीने अठ्ठेचाळीस तासांनी येणारा थंडीताप (Benign Tertian) आणि बहात्तर

तासांनी येणारा थंडीताप (Benign Quartan) असे दोन प्रकारचे मलेरिया-ज्वर दोन प्रकारच्या — वायवॅक्स (Vivax) आणि मलेरियी (Malariae) — प्लाझ्मोडिअममुळे उद्‌भवतात असे प्रतिपादन मांडले. पण प्राणघातक असणारा तिसऱ्या प्रकारचा प्लाझ्मोडिअम त्याला सापडला नाही. १९०६ साली कॅमिलो गॉल्वीला नोबेल पारितोषिक मिळाले.

अमिगो बिगनामी आणि एशिओर मार्शिफावा या इटालिअन शास्त्रज्ञांनी इ.स. १८९२ मध्ये रुग्णांच्या रक्तात दिसणारे मलेरियाचे निरनिराळे आद्य जीव हे मूलत: एकाच प्रकारचे आहेत हे सिद्ध केले.

जिओवनी बॅटिस्टा ग्रासी

मलेरिया संशोधनातील श्रेष्ठ इटालिअन तज्ज्ञ जिओवनी बॅटिस्टा ग्रासी याने प्राणघातक प्लाझ्मोडिअमचा शोध लावण्याचा चंग बांधला. दुर्दैवाने त्याच्या संशोधनाची दिशा चुकली व कोणत्याही प्रकारच्या प्लाझ्मोडिअममुळे Malignant Malaria होतो या त्याच्या निष्कर्षाने एकच गोंधळ उडवला. इ.स. १८९५ पर्यंत प्राणघातक मलेरियाच्या आद्य जीवाचा शोध लागला. पण मलेरियाचा फैलाव कसा होतो यावर अजूनही प्रकाश पडला नव्हता.

मलेरियाची लागण

दलदल, मच्छर व मलेरिया यांचे साहचर्य शास्त्रज्ञांच्या ध्यानात आले होते. जिथे जिथे शेती होत असे तिथे तिथे मलेरियाचा प्रादुर्भाव असे. यामुळे मलेरियाचा फैलाव जगभरात झाला. आफ्रिकेत, दक्षिण पूर्व आशियात मलेरियाचे प्रमाण प्रचंड आहे. गढूळ, दूषित पाण्यात प्लाझ्मोडिअम असतात व ते पाणी प्यायल्यामुळे मलेरिया फैलावतो असे लॅवेरानचे मत होते. स्थानिक रहिवाशांचा मच्छरांवर संशय होता. पण मागासलेल्या प्रदेशातील रहिवाशांच्या मताला विकसित राष्ट्रांतील शास्त्रज्ञ काय किंमत देणार? शिवाय मच्छरांमुळे रोग फैलावतो हे प्रत्यक्ष सिद्ध करणे जमत नव्हते.

जर्मन वसाहतकारांनी पूर्व आफ्रिकेतील मलेरियामुक्त प्रदेशांत शेती केली. परंतु या निर्मच्छर प्रदेशाकडे येताना त्यांना मलेरियाग्रस्त किनाऱ्याच्या विभागातील बंदरांतून यावे लागे. समुद्रकिनाऱ्यापासून अंतर्भागात यायला त्यांना दोन आठवडे लागले. इच्छित स्थळी पोहचल्यावर ते हिवतापाने बेजार झाले. मलेरियाच्या डासांनी त्यांना बंदरांतच चावण्याचे काम केले होते. नंतरच्या पंधरवड्यात

प्लाझ्मोडिअम यकृतात सुखेनैव वाढले. हा लक्षणपूर्वकाळ (Incubation Period) होता. परंतु जर्मनांनी थंडीतापाचा संबंध अंतर्भागातील हवामानाशी जोडला. गरम हवेतून थंड हवेत आल्यामुळे ज्वर आला अशी त्यांची समजूत झाली. अमेरिकेत डॉ. आल्बर्ट किंग याने याच सुमारास (इ.स. १८८२) मच्छर हा मलेरियाचा वाहक (Vector) आहे असे मत मांडले. ते नित्याप्रमाणे दुर्लक्षित राहिले.

हत्तीरोग (Elephantiasis)

इ.स. १८७० च्या सुमारास हत्तीरोगाला कारणीभूत असणारे कृमी (फायलेरिआ - Filaria) रुग्णाच्या लासिका वाहिन्यांत (Lymph-ducts) राहतात व तिथून ते रक्तप्रवाहात शिरतात हे समजले होते. इंग्लिश शास्त्रज्ञ पॅट्रिक मॅन्सन चीनच्या कस्टम खात्यात वैद्यकीय अधिकारी म्हणून काम करत होता. हत्तीरोगाचा प्रादुभाव मच्छरांचे वास्तव्य असणाऱ्या दलदलीच्या प्रदेशात असतो हे लक्षात आल्यावर हा रोग मच्छरांच्या माध्यमातून फैलावतो असा त्याने तर्क केला. त्याने आपल्या फायलेरिआग्रस्त बागवानाला डास चाववले व नंतर डासांच्या शरीराचे विच्छेदन केले. त्यात त्याला फायलेरिआ सापडले. माळ्याने मच्छरांच्या अळ्या असलेले दूषित पाणी प्यायल्यामुळे त्याला विकार जडला असावा असा मॅन्सनने तर्क केला. मॅन्सन नंतर इंग्लंडला परतला. लंडनला त्याच्या संचालकत्वाखाली 'School of Tropical Medicine and Hygiene' ही संस्था उष्ण कटिबंधीय विकारांचा अभ्यास करण्यासाठी स्थापन करण्यात आली. मलेरियाचा वाहकदेखील मच्छर असावा असा मॅन्सनने तर्क केला.

डोनाल्ड रॉस

रोनाल्ड रॉसचा जन्म भारतात इ.स. १८५७ मध्ये झाला. त्याला प्राणिशास्त्राशी देणेघेणे नव्हते. तो स्वत:ला कवी व नाटककार समजत असे. त्याचे वडील ब्रिटिश लष्करात जनरलच्या हुद्द्यावर होते. रोनाल्डला सैनिकी पेशा नको होता. त्याच्या वडिलांना त्याने काव्य, नाटके या निरर्थक नादापाठी लागू नये असे वाटे. शेवटी वडिलांच्या इच्छेला मान देऊन डोनाल्ड सेंट बार्थोलोम्यू रुग्णालयाच्या वैद्यकीय महाविद्यालयात दाखल झाला. रोनाल्ड हा अत्यंत सामान्य वकुबाचा विद्यार्थी होता. त्याने Licenciate of the Society of Apothecaries ही कनिष्ठ दर्जाची पदवी मिळवली व तो Indian Medical service या शासनाच्या वैद्यकीय सेवेत दाखल झाला.

रोनाल्ड पॅट्रिक मॅन्सनचा चाहता होता. त्याने मॅन्सनशी चर्चा करून आपला पुढील मार्ग निश्चित केला. मॅन्सनने त्याला भारतात जाऊन मलेरियावर संशोधन करण्यास प्रवृत्त केले. त्याची भारतातील पहिली आठ वर्षे सर्वसाधारणपणे गेली. इ.स. १८८९ मध्ये तो लंडनला परतला. त्याला शासकीय सेवेत रस उरला नव्हता. राजीनामा देऊन कथा-काव्यात रममाण होण्याचा त्याचा इरादा होता. लंडनला परतल्यावर तो विवाहबद्ध झाला. शासकीय सेवेतून निवृत्त होण्याचा त्याचा बेत पत्नीच्या आग्रहावरून त्याने रहित केला.

लंडनमध्ये रोनाल्डने समाजवैद्यकाचे (Social Medicine) व बार्थोलोम्यू रुग्णालयात सूक्ष्मजीवशास्त्राचे शिक्षण घेतले. आता त्याने मलेरियाचे संशोधन हेच ध्येय ठरवले. पण त्याचे या विषयावरचे मत चकत्कारिक होते. मलेरिया हा आतड्याचा विकार असून कॅलोमेल (calomel) हे औषध त्यावर रामबाण ठरते असा त्याने ग्रह करून घेतला होता. आल्फान्स लॅवेराननने दर्शवलेला डास व मलेरिया यांचा संबंध चुकीचा आहे, अशा अर्थाचा एक लेख त्याने 'Indian Medical Gazette'मध्ये प्रसिद्ध केला.

मॅन्सनचे मार्गदर्शन

इ.स. १८९४ मध्ये रॉस पॅट्रिक मॅन्सनला भेटला. मॅन्सनने सूक्ष्मदर्शकातून त्याला रक्तपेशीतील प्लाझ्मोडिअमचे तीन प्रकार दाखवले. पण या सूक्ष्मजीवाचा फैलाव कसा होतो याविषयी तो स्वत: अनभिज्ञ आहे अशी कबुलीही त्याने रॉसकडे दिली. प्लाझ्मोडिअम डासाच्या शरीरात वाढत असावा असा आपला तर्क मॅन्सनने रॉसला सांगितला. या वेळी डोनाल्ड रॉस कादंबरीलेखनाच्या खटाटोपात गुंतला होता! पण मॅन्सनच्या सल्ला मानून तो पुन्हा मलेरियाच्या संशोधनाकडे वळला. रॉसच्या पत्नीनेही मॅन्सनला दुजोरा दिला.

भारतात आगमन

इ.स. १८९५ मध्ये जलमार्गे रॉस भारतात आला. प्रवासास निघण्यापूर्वी त्याने लंडनमध्ये एक नवीन सूक्ष्मदर्शक खरेदी केला. बोटीत त्याने अनेक प्रवाशांचे रक्त तपासले. याबरोबर त्याने माशांची (fish) विच्छेदने करण्याचा सपाटा लावला. आता त्याला संशोधनापासून परावृत्त करणे कोणालाही जमण्याजोगे नव्हते. मॅन्सनशी त्याचा पत्रव्यवहार चालू होता.

भारतात रॉसची नेमणूक सिकंदराबाद येथे झाली. तिथे त्याने डासांच्या विच्छेदनाचे कार्य चालू केले. सिकंदराबाद येथील त्याच्या सहकाऱ्यांत रॉस फारसा प्रिय नव्हता. त्याचा स्पष्टवक्तेपणा, हट्टाग्रह व उद्धटपणा इतरांना पसंत पडणे शक्य नव्हते.

मलेरियाग्रस्त रुग्णांना डासांच्या 'तोंडी' द्यायचे, रुग्णांचे रक्त पिऊन टुमटुमीत झालेल्या डासांचे शवविच्छेदन करायचे व सूक्ष्मदर्शकातून रुग्णांच्या रक्तातील प्लाइमोडिअमचा शोध घ्यायचा असे रॉसने ठरवले. द्रष्ट्या मॅन्सनने एक भविष्यवाणी केली. 'फ्रेंच व इटालिअन शास्त्रज्ञ प्रथम तुझ्या संशोधनाची चेष्टा करतील व शेवटी त्यावर स्वामित्व हक्क सांगतील' अशी त्याने धोक्याची घंटा वाजवली! मॅन्सनची ही भविष्यवाणी अक्षरशः खरी होणार होती.

सिकंदराबादमध्ये रॉसने आपल्या सेवकांना डास व डासांच्या अळ्या जमवण्यास फर्मावले. Culex Fatigans व Aedes Egypti या जातीचे डास त्याला मिळाले. वर्षभर रॉसने या दोन्ही जातींच्या डासांना मलेरियाग्रस्त रुग्णांना चाववले. डासांच्या अळ्या असलेले पाणी त्याने आपल्या लक्ष्मण नावाच्या सेवकाला प्यायला दिले. अकराव्या दिवशी लक्ष्मणाला ताप आला, पण त्याच्या रक्तात रॉसला प्लाइमोडिअम सापडले नाहीत! इतर स्वयंसेवकांना अळ्यायुक्त पाणी पिऊनही काहीही झाले नाही. रॉसने आपले प्रयोग वर्षभर केले. ते सर्व अयशस्वी झाले. तरीदेखील दूषित पाण्याच्या सिद्धान्तावरील रॉसचा विश्वास तसूभरही कमी झाला नाही. तो त्याच दिशेने संशोधन करत राहिला. आपल्या मतावर ठाम राहणे हे रॉसचे एक वैशिष्ट्य होते. पॅट्रिक मॅन्सनशी तो पत्रव्यवहार करत राहिला. शेवटी मॅन्सनने त्याला तो नाद सोडून डासाच्या शरीरातच प्लाइमोडिअमचा शोध घ्यावा असे सुचवले.

कर्दनकाळ ॲनाफिलिस

यानंतर रॉसने अक्षरशः हजारो क्युलेक्स (culex) व एडीज (Aedes) जातीच्या मच्छरांचे विच्छेदन केले. पण त्याला तो विशिष्ट प्लाइमोडिअम सापडला नाही. इ.स. १८९७ मध्ये १६ ऑगस्ट या दिवशी महम्मद बक्ष या रॉसच्या नोकराने निराळ्याच प्रकारचे आठ डास रॉसला आणून दिले. त्यांचा रंग तपकिरी होता, शरीर निमुळते व अणुकुचीदार होते आणि त्यांच्या पंखांवर ठिपके होते. हे ॲनाफिलिस (Anopheles) जातीचे डास होते. हुसेनखान नावाच्या

नोकराला या डासांकडून चाववण्याचा प्रयोग रॉसने केला. त्यातील दोन डासांच्या विच्छेदनात त्याला काही सापडले नाही.

चोवीस तासांनंतर राहिलेल्या सहा डासांतील दोन मेले. आता चार डास उरले. चौथ्या दिवशी चारातील एक मेला. राहिलेल्या तिघांतील एकाचे रॉसने विच्छेदन केले. २० ऑगस्ट १८९७ हा दिवस मलेरिया-संशोधनात अमर झाला. रॉसला या डासाच्या जठराच्या भिंतीत एक अतिसूक्ष्म वर्तुळाकार आकृती दिसली. रॉसने हा क्षण शब्दांकित केला. 'The Angel of Fate fortunately laid his hand upon my head' हे त्याचे उद्‌गार इतिहासात अमर झाले. आपल्या यशात देवाचा वाटा अधिक आहे अशी रॉसची भावना होती. २१ ऑगस्टला रॉसने शेवटच्या मच्छराचे विच्छेदन केले. ह्या डासाच्या जठराच्या भिंतीतही त्याला वर्तुळाकार आकृत्या दिसल्या. कविमनाच्या रॉसला एक काव्य सुचले.

'I know this little thing
myriad men will save
O, Death where is thy sting ?
Thy victory, O grave.'

वैद्यकीय इतिहासात डोनाल्ड रॉस व त्याचे हे सुनीत अमर झाले. महम्मद बक्ष, हुसेनखान व लक्ष्मण या रॉसच्या नोकरांची नावे संशोधनातील 'गिनीपिग्ज' म्हणून प्रसिद्ध पावली!

जीवचक्र

डासाच्या शरीरातील प्लाझ्मोडिअमच्या जीवचक्रातील अनेक अवस्था रॉसने सूक्ष्मदर्शकाखाली पाहिल्या. डासाच्या सोंडेत (Proboscis) प्लाझ्मोडिअम विकसित स्वरूपात येतो व माणसाच्या शरीराचा चावा घेताना सोंडेतून लाळीबरोबर माणसाच्या रक्तात शिरतो. डासाचे जठर, सोंड व लाळ या तीन ठिकारी प्लाझ्मोडिअम निरनिराळ्या अवस्थांत असतो. शेवटी पूर्ण विकसित झालेला प्लाझ्मोडिअम स्पोरोझाइटच्या (sporozite) स्वरूपात सोंडेत येऊन लाळेवाटे माणसाच्या शरीरात येतो व त्याच्या रक्तावर ताव मारतो. डोनाल्ड रॉसला डासाच्या जठरात प्लाझ्मोडिअममधील रंगकण दिसले. वर्तुळाकार केसाळ बीजरूपी आकृती (Flagellated spore) ही प्लाझ्मोडिअमची अंतिम अवस्था आहे अशी रॉसची समजूत झाली. यातच मलेरियाचे बीजकण आहेत असे त्याला वाटले. (वस्तुत: रक्तातील अवस्था sporozile ही असते.)

प्लाझ्मोडिअमची वाढ आणि विकास फक्त ॲनाफिलिस मच्छरात होते, इतरांत नाही अशी रॉसची खात्री अजूनही पटली नव्हती. क्यूलेक्स जातीच्या मच्छरातील प्लाझ्मोडिअममुळे पक्ष्यांत मलेरिया उद्‌भवतो (Avian Malaria) माणसात नाही हे त्याला कळले नाही.

कलकत्त्यातील संशोधन

यानंतर रॉसची बदली सिकंदराबादहून राजस्थानमधील एका खेडेगावात करण्यात आली. तिथे मलेरियाचे रुग्ण नव्हते. रॉसची बदली रद्द करण्यासाठी पॅट्रिक मॅन्सनने इंग्लंडहून दबाव टाकला. ब्रिटिश शासनाला रॉसच्या संशोधनाची पर्वा असण्याचे कारण नव्हते. पण मॅन्सनच्या दबावाचा परिणाम झाला व रॉसची बदली कलकत्त्याला करण्यात आली.

रॉस कलकत्त्याला पोहचला पण तिथे त्याच्या वरिष्ठाने त्याला Kala Azar या रोगावर संशोधन करण्यास फर्मावले व त्याची आसामात बदली करण्याचा घाट घातला. कारण तिथे काळा आजाराची साथ होती. कलकत्त्यातही आनंदच होता. तिथे प्लेगची साथ होती आणि जनता 'साहेबाला' आपले रक्त देण्यास तयार नव्हती.

शेवटी अगतिक होऊन रॉसने चिमण्यांवर संशोधन करण्याचा निर्णय घेतला. चिमणीतील प्लाझ्मोडिअमचे माणसातील प्लाझ्मोडिअमशी लक्षणीय साम्य होते. मलेरियाग्रस्त चिमण्यांना त्याने क्यूलेक्स जातीच्या डासांनी चाववले व त्यांचे विच्छेदन आठवडाभराने केले. तोपर्यंत प्लाझ्मोडिअमची पूर्ण वाढ झाली असेल अशी त्याची कल्पना होती. पण या डासांच्या जठरात त्याला रिकामी व सुरकुतलेली वर्तुळे सापडली व त्याच्या प्रतिपादनाला धक्का बसला. पण त्याने धीर सोडला नाही. विश्रांतीसाठी तो काही दिवस सुट्टीवर गेला. २९ जून १८९८ रोजी त्याने पुन्हा विच्छेदनास प्रारंभ केला. या वेळी त्याने डासाची छातीही उघडली. आतापर्यंत त्याने आपले लक्ष डासाचे जठर व आतडी यांवरच केंद्रित केले होते आणि काय आश्चर्य! छातीत त्याला सूक्ष्मकेशयुक्त प्लाझ्मोडिअम आढळले. यावरून प्लाझ्मोडिअमचे अंतिम स्वरूप जठरात नसून छातीत होते हे सिद्ध झाले.

४ जुलैला रॉसला आपले संचित सापडले. चिमणीच्या रक्तावर ताव मारलेल्या क्यूलेक्स डासांचे विच्छेदन त्याने बारा दिवसांनी केले. आता छातीत काहीही नव्हते. रॉसने आता डासाच्या मानेतील ग्रंथीचे विच्छेदन केले. तेथील

लाळग्रंथीत (salivery gland) त्याला सूक्ष्मकेशयुक्त स्पोरोझाइट (sporozite) ही प्लाझ्मोडिअमची अवस्था सापडली. तीन वर्षांच्या अथक प्रयत्नांनंतर व आशा-निराशेचे खेळ पाहत रॉसने आपले ईप्सित साध्य केले होते. आता त्याला डासाच्या शरीरातील प्लाझ्मोडिअमचे विकासचक्र समजले होते. डास माणसाला चावताना त्याच्या टोकदार सोंडेतून लाळग्रंथीतील स्पोरोझाइट्स माणसाच्या रक्तात उतरत होते. रॉसने प्लाझ्मोडिअमचा चक्रव्यूह भेदला होता.

रॉसने हे मॅन्सन व लॅवेरान यांना कळवले. दोघांनाही रॉसच्या संशोधनाचे अप्रूप वाटले. जुलै महिन्यात British Medical Association च्या एडिंबरातील वैद्यकीय मेळाव्यात रॉसने आपले संशोधनकार्य शास्त्रीय जगतापुढे ठेवले. आता रॉसचे काम संपले होते. मलेरियाकारक डासाच्या शरीरातील प्लाझ्मोडिअमचे जीवचक्र प्रकाशात आले होते. अनादिकाळापासून माणसाला सतावणाऱ्या व काही वेळा प्राणघातक ठरणाऱ्या विकाराचा संपूर्ण उलगडा झाला होता. संशोधन कार्य संपवून डोनाल्ड रॉस आसाममध्ये काळा आजाराचा समाचार घेण्यासाठी रवाना झाला.

माणसाला सतावणाऱ्या प्लाझ्मोडिअमचा डासातील विकास रॉसला दाखवता आला नाही. त्याने पक्ष्यांमधील प्लाझ्मोडिअमचे जीवचक्र उलगडून दाखवले. माणसातील प्लाझ्मोडिअमचा विकास असाच होतो हे त्याचे प्रतिपादन होते. पण फक्त ॲनाफिलिस डासामध्येच माणसाला ग्रासणाऱ्या प्लाझ्मोडिअमचा विकास होतो, इतर जातींच्या डासांत नाही हे रॉसला सिद्ध करता आले नाही.

इटालिअन संशोधन

याच सुमारास जिओवनी ग्रासी आणि अमिको बिगनामी या इटालिअन संशोधकांनी मलेरियाग्रस्त रुग्णाचे रक्त पिऊन डासाच्या शरीरात प्लाझ्मोडिअम प्रवेश करतो हे सिद्ध केले.

इटालिअन शास्त्रज्ञांनी रॉसच्या संशोधनातील नेमक्या त्रुटींवर बोट ठेवले. ॲनाफिलिस डासातील प्लाझ्मोडिअमचे जीवचक्र अजूनही उलगडलेले नाही म्हणून रॉसच्या संशोधनाला काडीचीही किंमत नाही असा इटालिअनांचा दावा होता. रॉसला मलेरिया संशोधनातील अग्रेसरत्व मिळाल्यामुळे इटालिअन शास्त्रज्ञांचे पित्त खवळले. मलेरियाला कारणीभूत होणाऱ्या प्लाझ्मोडिअमचा शोध एका फ्रेंचाने लावला, प्लाझ्मोडिअमच्या डासातील विकासाच्या संशोधनाचे श्रेय एका ब्रिटिशाने पळवले हे सहन होण्याजोगे नव्हते. इटाली ही मलेरिया

संशोधनाची मक्का असूनही हे संशोधन इटालीबाहेर झाले होते. जिओवनी बॅटिस्टा ग्रासी या इटालिअन मलेरिया संशोधकाचा हा अपमान होता.

जिओवनी बॅटिस्टा ग्रासी

आता इटालिअन शास्त्रज्ञ पेटून उठले. डोनाल्ड रॉसप्रमाणे ग्रासीलाही वैद्यकात रस नव्हता. तो प्राणितज्ज्ञ (Zoologist) होता. तोदेखील रॉसप्रमाणे वडिलांच्या अत्याग्रहामुळे वैद्यकाकडे गेला. पण पदवी मिळाल्यावर त्याने सागरी प्राणिजीवन (Marine life) आणि अमीबा या आद्य जीवावर आपले संशोधन केले. तो रॉससारखाच स्वयंकेंद्रित होता व त्याचे इतरांशी पटत नसे. रॉस व ग्रासी यांची ही समान गुणवैशिष्ट्ये आश्चर्यकारक म्हणावी लागतील.

रोमच्या विद्यापीठात ग्रासीने तब्बल दहा वर्षे माणूस व पक्षी यांच्यातील मलेरियाचा अभ्यास केला. इ.स. १८९१ मध्ये पक्ष्यांमधला प्लाझ्मोडिअम ग्रासीने शोधून काढला. जिथे मलेरियाचा प्रादुर्भाव असतो तिथे मच्छर हटकून हजर असतात; पण जिथे मच्छरांचा प्रादुर्भाव असतो तिथे मलेरिया असतो असे नाही हे ग्रासीच्या लक्षात आले होते. याचा अर्थ स्पष्ट होता. मलेरिया हा विकार विशिष्ट जातीच्या मच्छरांमुळेच होत असावा असा ग्रासीने अंदाज बांधला. इ.स. १८९८ च्या ऑगस्टमध्ये 'ॲनाफिलिस जातीच्या डासाच्या मादीच्या चाव्यामुळे मलेरिया उद्‌भवतो' हे ग्रासीने माणसांवर प्रयोग करून सिद्ध केले. रुग्णाला चावल्यानंतर डासाच्या शरीरात रुग्णाच्या रक्तातील प्लाझ्मोडिअम प्रवेश करतो हेदेखील ग्रासीने निर्णायकपणे सिद्ध केले.

रॉसने वर्णन केलेला पक्ष्यांमधील प्लाझ्मोडिअमचा विकास व ॲनाफिलिस डासामधील प्लाझ्मोडिअमचा विकास यांत कमालीचे साम्य असते हे रॉसचे प्रतिपादन शंभर टक्के सत्य होते. रॉसचे संशोधन अगोदर प्रसिद्ध होऊनही ग्रासीने आपल्या शोधनिबंधात त्याचा उल्लेख करण्याची सभ्यता पाळली नाही.

अशोभनीय वादावादी

रॉस व ग्रासी यांच्यामध्ये या संशोधनाच्या अग्रेसरत्वाबद्दल अशोभनीय वाद झाला. रॉसने ग्रासीची संभावना 'Italian Pirate' अशी केली. यातले सत्य असे होतें की डास हा मलेरियावाहक आहे हे श्रेय निश्चितपणे रॉसचे होते. ग्रासीने ॲनाफिलिस डासामुळेच माणसाला मलेरिया होतो हे सिद्ध केले.

रॉसच्या संशोधनाची आपल्याला माहिती नव्हती अशी ग्रासीची भूमिका होती. आपले संशोधन अधिक महत्त्वाचे आहे असा त्याचा आग्रह होता. रॉसने 'Indian Medical Gazette'मधील अग्रलेखात 'शास्त्रीय संशोधनातील चांचेगिरीला जुना इतिहास आहे' असे लिहून ग्रासीचा तेजोभंग केला.

दरम्यान विख्यात जर्मन शास्त्रज्ञ रॉबर्ट कॉख याने आगीत तेल ओतले. जर्मन शासनाच्या आदेशावरून तो जर्मन पूर्व आफ्रिकेत संशोधनासाठी गेला. तिथून परतताना तो इटालीमध्ये अंतिम संशोधनासाठी थांबला असता इटालिअन शासनाने त्याला सर्व प्रकारच्या सुविधा दिल्यामुळे ग्रासीच्या तळपायाची आग मस्तकात गेली. शेवटी कॉखचे संशोधन निष्फळ झाले. ग्रासीने कुत्सितपणे आपल्या यशस्वी संशोधनाची एक प्रत ख्रिसमसची भेट म्हणून त्याला पाठवली!

रॉस, ग्रासी व कॉख यांच्यात वितुष्ट आले. १९०२ साली रॉसला नोबेल मिळाले. एकाच विषयावरील संशोधनासाठी लॅवेरान, गॉल्गी व रॉस या तीन शास्त्रज्ञांना नोबेल पारितोषिके मिळाले ही घटना अभूतपूर्व होती. रॉस व ग्रासी यांना नोबेल विभागून मिळावे असा एक मतप्रवाह होता. पण कॉखने आपले वजन रॉसच्या पारड्यात टाकले व ग्रासीला मनगटे चावत स्वस्थ बसावे लागले. यामुळे उद्भवलेली उद्विग्नता इटालीत शंभर वर्षांनंतरही टिकून आहे.

मलेरियावर नियंत्रण

मलेरियावर नियंत्रण मिळवण्याचा मार्ग आता दृष्टिपथात आला. मच्छरांचे निर्दालन हा तो मार्ग. साचलेल्या पाण्याच्या पृष्ठभागावर केरोसीन, कॉपर सल्फेट टाकणे, खिडक्यांना बारीक जाळ्या लावणे, मच्छरदाणीचा वापर करणे, डासांना पिटाळून लावणारे उग्र वासाचे औषध अंगाला लावणे (डासांसाठी उग्र), किंवा झोपण्याच्या खोलीत Diethylene Benzamide या रसायनाचा फवारा मारणे हे उपाय वैयक्तिक स्तरावर वापरणे सुरू झाले.

सार्वजनिक उपाय अधिक महत्त्वाचे होते. १९३०च्या दशकात DDT या रसायनाचा फवारा रस्त्यारस्त्यांवर मारणे हा प्रभावी उपाय सापडला. युरोप, अमेरिका, इंग्लंड या पाश्चात्त्य राष्ट्रांत मलेरियाचे निर्मूलन झाले. कालांतराने डासांनी आपल्यात योग्य ते बदल केले व डासांची नवी पिढी DDT ला दाद देईनाशी झाली! WHO ने १९५७ साली मच्छर निर्मूलनाची जागतिक मोहीत उघडली. तरीही विकसनशील देशांतील डास टिकून राहिले. भारतात १९७७ साली सहा दशलक्ष मलेरियाग्रस्त रुग्ण होते. ब्राझीलमध्ये हेच झाले. १९६३ साली अमेरिकेने

मलेरियाग्रस्त देशांसाठीची आर्थिक मदत बंद केली आणि मलेरियाने पुन्हा उचल खाल्ली.

औषधे (क्विनाईन)

मलेरियाच्या ज्वरासाठी सिंकोना (Cinchona) या झाडाच्या सालींचा उपयोग केला जाई. इ.स. १८३०-४० च्या दशकात जेजुइट धर्मोपदेशकांनी पेरू या दक्षिण अमेरिकेतील देशातील सिंकोना बार्क (Cinchona Bark) ही वनस्पती इंग्लंड-युरोपात आणली. कॅथलीक धर्मोपदेशकांनी आणलेले हे रामबाण औषध इंग्लंडचा सर्वेसर्वा ऑलिव्हर क्रॉमवेल याने केवळ कॅथलीकद्वेषामुळे नाकारले! भारतात १६५७ च्या सुमारास कॅथलीकांनी सिंकोना बार्क आणली. चार्ल्स लेजर या ब्रिटिश शास्त्रज्ञाने क्विनाईनचे प्रमाण सर्वाधिक असणारे सिंकोना झाड शोधून काढले. झाडाच्या बिया लागवडीसाठी त्याने इंग्लंडात आणल्या पण धर्मद्वेष्ट्या क्रॉमवेलने त्यांची इंग्लंडमध्ये लागवड करण्यास नकार दिला. याउलट डच वसाहतकारांनी औषधाचे महत्त्व ओळखून जावा बेटात सिंकोना वृक्षांची लागवड केली व क्विनाईचे स्वामित्व हक्क मिळवले आणि चार्ल्स लेजरला ५०० पौंड पेन्शन मंजूर केले.

इतर औषधे

१९२० पर्यंत क्विनाईनचे प्रमाणीकरण होऊन ते शुद्ध स्वरूपात बाजारात आले. आजही फाल्सिपारम मलेरियासाठी क्विनाईन वापरात आहे. १९३४ साली जर्मन औषधी कंपनी I. G. Farben यांनी रिसोचिन (Resochin) या औषधाची निर्मिती केली. पण ते तितकेसे प्रभावी नव्हते. अमेरिकेत संशोधले गेलेले ॲटाब्रिन (Atabrine) हे औषध दुसऱ्या महायुद्धकाळात वापरले गेले पण त्याचे दुष्परिणाम लक्षात आले व त्याचा वापर थांबला. १९४३ साली अमेरिकन संशोधकांनी क्लोरोक्विन (Chloroquine) हे अत्यंत प्रभावी औषध तयार केले. पण १९६० च्या दशकात ॲनाफिलिस डास त्याला दाद देईनासे झाले. क्विनाईनच्या रासायनिक रचनेत थोडासा बदल करून मेफ्लोक्विन (Mefloquin) हे औषध तयार करण्यात आले. पण जास्त किमतीमुळे विकसनशील देशांत त्याचा वापर मर्यादित प्रमाणात झाला. औषधी कंपन्यांनी नंतर मलेरिया संशोधनावर पैसा घालणे बंद केले.

प्राचीन चीनमध्ये आर्टिमिसिआ अन्युआ या वनौषधीचा मलेरियासाठी उपयोग करत असत. चिनी शास्त्रज्ञांनी या वनौषधीच्या पानांचा अर्क काढून

'आर्टिमिसिनिन' (Artemisinin) हे नवे औषध तयार केले. फाल्सिपारम मलेरियासाठी हे चिनी औषध रामबाण ठरले.

प्रतिबंधक लस

१९६५ पासून प्रतिबंधक लसीवर संशोधन सुरू झाले. ही लस तयार करण्यात अनेक अडचणी आहेत. प्लाझ्मोडिअमचे विविध प्रकार आहेत. सापापासून ते माणसापर्यंत त्यांचा प्रसार असतो. प्लाझ्मोडिअमचे संवर्धन करण्यासाठी योग्य माध्यम अजूनही मिळालेले नाही. लसीची उपयुक्तता पटवण्यासाठी प्रयोग माणसावर करणे अपरिहार्य ठरते. शिवाय प्लाझ्मोडिअमच्या अनेक अवस्था असतात. प्रत्येक अवस्थेविरुद्ध लस तयार करणे अशक्य आहे. पक्ष्याला उपयुक्त ठरणारी लस माणसालाही उपयोगी ठरेल याची खात्री नाही.

विकसनशील देशात आजही मलेरियाचा प्रादुर्भाव मोठ्या प्रमाणात आहे. वैयक्तिक व सार्वजनिक आरोग्याचे सर्व नियम पाळल्याशिवाय गत्यंतर नाही. एकाच विषयातील संशोधनासाठी तीन नोबेल पुरस्कार मिळणे (रॉस, गॉल्गी व लॅवेरान) ही अभूतपूर्व घटना होती. क्षुद्र मच्छराने ही किमया घडवून आणली.

प्रकरण ८

पोलिओवर विजय : एक स्पर्धानाट्य

"Why think? Why not experiment?"

— Sir John Hunter
to
Edward Jenner in his search for
vaccine against Smallpox

अर्धशतकापूर्वी जॉन एण्डर्सला १९५४ चे नोबेल पारितोषिक मिळाल्याचे सांगण्यात आले तेव्हा ते स्वीकारण्यास त्याने नम्रपणे नकार दिला. त्याने नोबेल कमिटीला कळवले की त्याच्या संशोधनात थॉमस वेलर आणि फ्रेड्रिक रॉबिन्स या दोघा शास्त्रज्ञांचा महत्त्वाचा सहभाग होता; म्हणून ते दोघेही नोबेल पुरस्काराचे मानकरी असायला हवेत. अशा प्रकारचे उदाहरण नोबेल पुरस्काराच्या इतिहासात अभावानेच आढळते. १९४९ साली एण्डर्सने वेलर व रॉबिन्स यांच्या सहकार्याने पोलिओ विषाणूंचे संवर्धन चेतापेशींखेरीज इतर पेशींतही होऊ शकते हे सप्रयोग सिद्ध केले. वानराच्या मूत्रपिंडपेशीत त्यांनी पोलिओ विषाणूचे संवर्धन करून लसीच्या निर्मितीला चालना दिली. नोबेल पुरस्कार या संशोधनासाठी होता.

बालपक्षाघात

एकोणिसाव्या शतकाच्या अखेरीच्या काही दशकांत अनेक युरोपीय देशांत पोलिओच्या साथी आल्या. साथींत अगणित मुले अपंग झाली तर असंख्यांना

आपले प्राण गमवावे लागले. अमेरिकेत दर उन्हाळ्यात येणाऱ्या पोलिओच्या साथींनी कहर केला होता. एखाद्या साथीत तर पन्नास हजार मुलेही विकारग्रस्त होत. साथीची कारणे विवादास्पद होती व साथीला आवर कसा घालावा याबद्दल शास्त्रज्ञांत एकवाक्यता नव्हती.

फ्रँकलिन डिलॅनो रूझवेल्ट

भविष्यात अमेरिकेचे राष्ट्राध्यक्षपद भूषविणाऱ्या फ्रँकलिन डी. रूझवेल्ट यांना १९२१ साली बालपक्षाघाताचा (Poliomyelitis) झटका येऊन अपंगत्व आले व तेव्हापासून ते व्हीलचेअरचा आधार घेऊन हिंडू-फिरू लागले. त्यांनी प्रथम न्यूयॉर्कच्या राज्यपालपदासाठी व नंतर १९३२ साली राष्ट्राध्यक्षपदासाठी निवडणुका लढवल्या. दोहोंतही ते यशस्वी झाले. त्यांच्या अपंगत्वाचा व उच्च राजकीय स्थानाचा उपयोग पोलिओविरोधी मोहिमेत करून घेण्यात आला. त्यांचा जन्मदिवस साजरा करण्याच्या उद्देशाने स्थापन झालेल्या 'President's Birthday Ball Commission' ने अमेरिकन जनतेला देणग्यांसाठी आवाहन केले. मिळालेला पैसा पोलिओ संशोधनकार्यासाठी वापरण्यात येणार होता.

NFIP

१९३८ साली रूझवेल्ट व त्यांचे मित्र आणि कायदा सल्लागार डॅनियल बेसिल ओकॉनॉर यांनी देणग्यांच्या स्वरूपात येणाऱ्या संपत्तीचा योग्य तऱ्हेने विनिमय करण्यासाठी National Foundation for Infantile Paralysis (NFIP) ही सार्वजनिक संस्था स्थापन केली.

१९३८ आणि १९६२ च्या दरम्यान NFIPचे सालिना उत्पन्न ६३० दशलक्ष डॉलर्स एवढे होते. त्यातील ५९ टक्के रुग्णांच्या देखभालीसाठी, ८ टक्के समाजशिक्षणासाठी, १३ टक्के शासकीय कामे व देणग्या मिळवण्यासाठी आणि ११ टक्के संशोधनकार्यासाठी निश्चित करण्यात आले.

युरोपमध्ये अमेरिकेच्या पावलावर पाऊल ठेवण्यात येऊन अशाच प्रकारची एक संस्था स्थापन करण्यात आली. १९५२ नंतर WHO ने या कार्यात सक्रिय भाग घेण्यास आरंभ केला.

राष्ट्राध्यक्ष रूझवेल्ट यांनी स्वखर्चाने जॉर्जिया प्रांतात Warm Springs येथे पोलिओ रुग्णांसाठी पुनर्वसन केंद्र स्थापन केले होते. पण त्यात फक्त गौरवर्णीयांवर उपचार केले जात. तिथेच डॅनियल ओकॉनॉर यांच्या संचालकत्वाखाली NFIP

या सार्वजनिक संस्थेची स्थापना झाली. पोलिओवर संशोधन करणाऱ्या शास्त्रज्ञांना यामुळे भरघोस आर्थिक मदत देणे शक्य झाले.

NFIP चे आवाहन

देणग्या मिळवण्यासाठी NFIP ने एक नवीन तंत्र उपयोगात आणले. संस्थेने समस्त अमेरिकन जनतेला दर माणशी एक डाइम (Dime - कमीतकमी किमतीचे अमेरिकन चलनी नाणे) देण्याचे आवाहन केले. (ब्रिटिश सरकारने लो. टिळकांवर राजद्रोहाचा खटला घातला असता भारतवासीयांना दर माणशी एक पैसा देण्याचे आवाहन करण्यात आले होते. याला 'पैसा फंड' असे नाव मिळाले.) अमेरिकन मोहिमेला 'March of Dimes' असे नाव देण्यात आले. संशोधनातील प्रत्येक प्रगतीच्या टप्प्याची भरपूर जाहिरात करण्यात आली. जनतेला या संशोधनाचे महत्त्व पटले व संस्थेकडे देणग्यांचा ओघ सुरू झाला.

संशोधनाविषयीची प्रत्येक बातमी, मग ती कितीही क्षुल्लक असो, प्रसिद्धि-माध्यमांतून जनतेसमोर येत राहील अशी व्यवस्था करण्यात आली. पोलिओनिर्मूलनाचा निर्णायक क्षण नजीक आला आहे असे जनतेला पटवण्यात आले. या मोहिमेत डॉक्टर्स, संशोधक, शासन व जनता एकत्रितपणे पोलिओविरोधात उभे आहेत असे चित्र उभे राहिले.

चहाच्या पेल्यातील वादळ

लसीचे संशोधन होण्यापूवी पोलिओवरील उपचार करणाऱ्यांत वादविवाद झाले होते. एलिझाबेथ केन्नी या ऑस्ट्रेलिअन परिचारिकेने (ही Sister Kenny या नावाने नंतर प्रख्यात झाली.) पोलिओग्रस्त मुलांच्या परिचर्येत बदल सुचवले. पोलिओग्रस्त लुळ्या स्नायूंना गरम पाण्याने शेक देणे (Hot water packs) व कमकुवत झालेल्या हाता/पायांची हळुवारपणे हालचाल करवणे ही पद्धत तिने सुरू केली. यामुळे सुधारणा लवकर होते असा तिचा दावा होता. रुग्णांचे मनोधैर्य वाढवण्याकडे तिचा विशेष कटाक्ष होता.

डॉक्टरांच्या मतानुसार विकारग्रस्त स्नायूंना पूर्ण विश्रांती देणे, कोणत्याही प्रकारची हालचाल होऊ न देणे व कमकुवत स्नायूंना आधार देण्यासाठी स्प्लिंट (splint) व ब्रेसेसचा (Braces) वापर करणे व अवयव योग्य स्थितीत ठेवणे गरजेचे होते. कोणत्याही प्रकारची हालचाल करणे निषिद्ध आहे असे डॉक्टरी मत होते. सिस्टर केन्नीच्या उपचारांना डॉक्टरांनी प्रखर विरोध दर्शवला.

१९३५ साली सिस्टर केन्नीने अमेरिकेतील मिनिआपोलिस येथे Sister kenny Institute स्थापन केली व तिथे आपली उपचारपद्धती चालू केली. डॉक्टरांनी तिची थट्टा करूनही तिला प्रचंड लोकप्रियता मिळाली. सकृद्दर्शनी डॉक्टर्स, सिस्टर केन्नी व जनता यांच्यामध्ये स्पर्धा सुरू झाली. नवे उपचार कोणी प्रमाणित करावेत याबद्दलही गदारोळ माजला.

शेवटी ते चहाच्या पेल्यातील वादल ठरले व जनतेचे लक्ष पोलिओविरोधी लसीवर केंद्रित झाले.

लसीचे महाभारत

NFIP ने १९५० साली पोलिओविरोधी लसीचे संशोधन करण्याला मान्यता दिली. १९३०च्या दशकात मॉरीस ब्रॉडी आणि विल्यम पार्क यांनी फॉरमॅल्डाहाइड या रसायनाने निष्प्राण (killed) केलेल्या विषाणूंपासून तयार केलेली लस आणि क्षीण (Attenuated) केलेल्या विषाणूंपासून जॉन कॉल्मर याने तयार केलेली लस यांच्यामुळे उद्भवलेल्या दुष्परिणामांची आठवण अजूनही विस्मृतीत गेली नव्हती. या लसींमुळे काहींना विकार झाला आणि इतरांत अभयता निर्माण झाल्याचा पुरावा मिळाला नाही. त्यामुळे या नव्या संशोधनाकडे अमेरिकन जनता भीतियुक्त अपेक्षेने पाहत होती.

परंतु १९५० पर्यंत वैद्यकीय संशोधकांनी सुरक्षित लस निर्माण करण्यात बरीच प्रगती केली होती. १९४० पर्यंत पोलिओ विषाणूचे तीन प्रकार असतात हे शास्त्रज्ञांच्या लक्षात आले होते. नवीन लसीमुळे या तीनही प्रकारांपासून संरक्षण मिळणे अपेक्षित होते.

जोनास साल्क आणि आल्बर्ट सेबीन

जॉन एण्डर्स व त्याच्या सहकाऱ्यांनी १९४४ साली पोलिओ विषाणूचे संवर्धन वानराच्या मूत्रपिंडपेशींत होऊ शकते हे सिद्ध केल्यावर अमेरिकेतील दोन प्रतिभावंत संशोधकांनी पोलिओविरोधी लस शोधून काढण्याचा चंग बांधला. जोनास साल्क व आल्बर्ट सेबीन हे ते दोन संशोधक.

साल्क आणि सेबीन या दोघांची पार्श्वभूमी बऱ्याच प्रमाणात एकसारखी होती. जोनास साल्क हा न्यूयॉर्कमधील स्त्रियांच्या कपड्यांचे शिवणकाम करणाऱ्या शिवणकाराचा मुलगा. तो धर्माने ज्यू होता. विद्यार्थिदशेपासून जोनासची गणना बुद्धिमान विद्यार्थ्यांत होत असे. शाळेत अनेक पारितोषिके मिळवून तो

महाविद्यालयात आला व नंतर न्यूयॉर्क युनिव्हर्सिटीच्या वैद्यकीय महाविद्यालयात दाखल झाला. त्याचा शास्त्र विषय आवडीचा होता आणि त्याला प्रयोगशाळांत प्रयोग करण्यात रस होता. वैद्यकीय महाविद्यालयातही तो चमकला.

आल्बर्ट सेबीनचा जन्म पोलंडमधील बायलीस्टॉक येथे एका ज्यू कुटुंबात झाला. तो पंधरा वर्षांचा असताना सेबीन कुटुंबाने अमेरिकेतील न्यूजर्सी येथील पॅटर्सन या गावी स्थलांतर केले. अमेरिकेत आल्यावर आल्बर्टने लगेच सहा आठवड्यांचा इंग्रजीचा अभ्यासक्रम पार केला. साल्कप्रमाणे त्यानेही न्यूयॉर्क वैद्यकीय महाविद्यालयात प्रवेश घेतला व वैद्यकीय पदवी मिळवली. प्रारंभी त्याच्या शिक्षणाचा खर्च त्याच्या काकांनी केला. ते दंतवैद्य होते. आल्बर्टनेही दंतवैद्यकी करावी अशी त्यांची अपेक्षा होती. पण आल्बर्टने फिजीशिअन होणे पसंत केल्यावर त्यांनी हात आखडता घेतला. त्यामुळे आल्बर्टने पुढील शिक्षण स्वत:च्या हिमतीवर शिष्यवृत्त्या व नोकरी करून पार पाडले. १९३१ साली तो एम.डी. झाला.

संशोधनकार्य

वैद्यकीय महाविद्यालयात या दोघांच्याही कामगिरीवर प्राध्यापकवर्ग खूश होता. न्यूयॉर्क युनिव्हर्सिटीतील जंतुशास्त्रज्ञ थॉमस फ्रान्सिस याने आपले बस्तान मिशीगन युनिव्हर्सिटीत हलवले. साल्क फ्रान्सिसचा चेला होता. फ्रान्सिसबरोबर त्यानेही मिशीगन युनिव्हर्सिटीत संशोधन करणे पसंत केले. तिथे निष्प्राण (killed) इन्फ्लुएन्झा विषाणूंपासून लस तयार करण्याचे संशोधन चालू होते. साल्क या संशोधनात सहभागी झाला. या संशोधनकार्याचा उपयोग त्याला पोलिओविरोधी लसीच्या संशोधनात होणार होता.

पदवी मिळाल्यानंतर सेबीन सिनसिनाटी युनिव्हर्सिटीतील Children's Hospital Research Foundation मध्ये संशोधन करू लागला. दुसऱ्या महायुद्धकाळात युद्धक्षेत्रात अमेरिकन सैन्याला Sandfly Fever, Dengue आणि Japanese Encephelitis या विकारांशीही लढावे लागले. सेबीनच्या संशोधनाचा अमेरिकन सैनिकांना आफ्रिका व दक्षिण पॅसिफिकच्या युद्धक्षेत्रात फायदा झाला. युद्धसमाप्तीनंतर सेबीन सिनसिनाटी युनिव्हर्सिटीत परतला व त्याने १९५६ साली सुरू केलेले पोलिओविरोधी लसीचे संशोधन पुन्हा सुरू केले.

संशोधनमार्ग

एण्डर्सच्या संशोधनामुळे पोलिओ विषाणूंचे संवर्धन करणे शक्य झाले. पोलिओ विषाणूंचा शरीरात प्रवेश झाल्यावर ते लगेच रक्तात पसरतात (Viremia) हे ध्यानात आले होते. पोलिओविरोधी प्रतिद्रव्ये वानरांना टोचल्यास त्यांना नंतर पोलिओ होत नाही हे प्रयोगांनी सिद्ध झाले.

या माहितीच्या आधारे साल्क व सेबीन यांनी लसीचे संशोधन सुरू केले. पण दोघांचे मार्ग वेगळे होते. साल्कला निष्प्राण इन्फ्लुएन्झा विषाणूंवर प्रयोग करण्याचा अनुभव होता. त्यामुळे निष्प्राण केलेल्या पोलिओ विषाणूंपासून लस तयार करण्याचा मार्ग त्याने पसंत केला. सेबीनने क्षीण (Attenuated) केलेल्या विषाणूंपासून लस तयार करण्याचा मार्ग निवडला.

साल्क व सेबीन या दोघांनाही NFIP ने भरपूर आर्थिक मदत केली. चाचण्या लवकर घ्याव्यात असा संस्थेचा मानस होता. २३ जानेवारी १९५३ रोजी साल्कने आपले संशोधन पूर्ण झाल्याचे संस्थेला कळवले. त्याची लस चाचण्यांसाठी लवकर उपलब्ध झाली होती. संस्थेने लसीची चाचण्या घेण्याचे मोठे काम साल्कचा प्रशिक्षक थॉमस फ्रान्सिसकडे सोपवले. फ्रान्सिस अमेरिकेतील ख्यातनाम रोगप्रादुर्भावतज्ज्ञ (Epidemiologist). होता.

चाचण्या

अमेरिकन जनतेचे किंबहुना साऱ्या जगाचेच डोळे या चाचण्यांकडे लागले होते. फ्रान्सिसवर आलेली जबाबदारी मोठी होती. त्याने तिला संपूर्ण न्याय दिला. परंतु या चाचण्यांसंदर्भात एक अनिष्ट पायंडा पडाला. चाचण्या लवकरात लवकर घ्याव्या असा जनतेचा आग्रह होता. यामुळे डॉक्टर व जनता यांनी हातमिळवणी करून साल्कच्या लसीच्या चाचण्या प्रथम घ्याव्यात असे ठरवले. यासाठी संशोधकांनी जनतेची मनधरणी करावी असा संकेत अभावितपणे निर्माण झाला. साल्कचा जनतासंपर्क प्रभावशाली ठरला.

साल्क व सेबीन यांच्या मनोवृत्तीत जमीन-अस्मानाचा फरक होता. साल्क आर्जवी, नम्र व शिष्टाचारांचे संकेत पाळणारा शास्त्रज्ञ होता. साल्कने अत्यंत नम्रपणे व आर्जवी पद्धतीने जनतेसमोर आपली बाजू मांडली. याउलट सेबीन स्वभावाने उद्धट व अहंमन्य होता. त्याला विरोधी मत सहन होत नसे. त्याला प्रशासनाची अथवा जनतेची पर्वा नव्हती. आपले नाणे खणखणीत आहे असा

त्याचा विश्वास होता. यामुळे प्रशासनात त्याला बरेच विरोधकही होते. जनसंपर्कात तो कमी पडला यात आश्चर्य वाटण्याजोगे काही नव्हते.

निष्कर्ष

दोन दशलक्ष विद्यार्थ्यांवर (यांत साल्कची तीन मुले सामील होती.) Double Blind पद्धतीने चाचणी घेण्यात आली. NFIP ने यासाठी ७.५ दशलक्ष डॉलर्स एवढी रक्कम खर्च केली. साल्कच्या लसीमुळे दुसऱ्या व तिसऱ्या प्रकारच्या विषाणूंविरुद्ध ९० टक्के प्रतिक्षमता तर पहिल्या प्रकारच्या विषाणूविरुद्ध ६० ते ७० टक्के प्रतिक्षमता निर्माण होते असे चाचण्यांत आढळले. २६ एप्रिल १९५४ पासून चाचण्यांना प्रारंभ झाला होता. थॉमस फ्रान्सिसची बारीकसारीक गोष्टींवरही नजर होती. पंधरा हजार गाळांतील विद्यार्थी, दीड लक्ष स्वयंसेवक आणि चव्वेचाळीस राज्ये यांचा या चाचण्यांत अंतर्भाव होता. चाचण्यांची व्याप्ती प्रचंड व अभूतपूर्व होती.

१२ एप्रिल १९५५

१९५५ सालातील १२ एप्रिल हा दिवस साल्कच्या जीवनातील सर्वात महत्त्वाचा दिवस होता. थॉमस फ्रान्सिस मिशीगन युनिव्हर्सिटीच्या रॅकहॅम सभागृहात चाचण्यांचे निष्कर्ष जगापुढे घोषित करणार होता. जगातील सर्व प्रसिद्धिमाध्यमांचे वार्ताहर कॅमेरे सज्ज करून व नोंदबुके सरसावून आतुरतेने वाट पाहत होते. सभागृहात अनेक शास्त्रज्ञ व स्वत: जोनास साल्क हजर होते. गुरुवर्य फ्रान्सिस शिष्यवर साल्कचे यशस्वी संशोधन जाहीर करणार होता. हा विशिष्ट दिवस महत्त्वाचा होता. कारण त्याच दिवशी भूतपूर्व राष्ट्राध्यक्ष फ्रँकलिन रूझवेल्ट यांची दहावी पुण्यतिथी होती. NFIP ने मुहूर्त योग्य निवडला होता. पोलिओ लसीचे संशोधन ही शास्त्रीय जगताने रूझवेल्टना वाहिलेली श्रद्धांजली होती.

आपल्या भाषणाच्या प्रारंभीच फ्रान्झिसने एक ठाम विधान केले. ‘लस उपयोगी आहे. ती सुरक्षित आहे. तिच्यामुळे निर्माण होणारी अभयता पुरेपूर आहे. टाळ्यांचा कडकडाट थांबल्यावर फ्रान्सिसने आकडेवारी सांगितली. पहिल्या प्रकारच्या विषाणूविरुद्ध ६० ते ७० टक्के आणि दुसऱ्या व तिसऱ्या प्रकारच्या विषाणूंविरुद्ध ९० टक्के प्रतिक्षमता येते असे फ्रान्सिसने जाहीर केले.

आता सभागृहात नाटकाचा दुसरा अंक चालू झाला.

जोनास साल्क आकडेवारीमुळे प्रचंड अस्वस्थ झाला. फ्रान्सिसनंतर टाळ्यांच्या प्रचंड कडकडाटात तो व्यासपीठावर आला. सभागृहात हजर असलेल्या शास्त्रज्ञांनी त्याला उभे राहून मानवंदना दिली.

साल्कने दूरध्वनीचा ताबा घेतला. आपल्या लसीत कोणत्याही प्रकारचे वैगुण्य नाही. तीनही प्रकारचा विषांणूविरुद्ध निर्माण होणारी प्रतिक्षमता शंभर टक्केच आहे असे त्याने जाहीर केले. चाचण्यांत आलेल्या कमी टक्केवारीचे कारण लसनिर्मितीत Merthiolate या रसायनाचा केलेला वापर. U. S. Laboratory of Biological Sciences या शासकीय संस्थेतील विद्वानांनी हे रसायन वापरण्याचा सल्ला दिला होता व आपला त्याला विरोध होता. या रसायनामुळेच लसीची गुणवत्ता कमी झाली असे धाडसी विधान त्याने व्यासपीठावरून केले व चाचण्यांच्या निष्कर्षांबद्दल संशय व्यक्त केला.

थॉमस फ्रान्सिस साल्कच्या या वक्तव्याने आश्चर्यचकित झाला. समारंभ संपल्यावर गुरुवर्यांनी शिष्यवराची खरडपट्टी काढली. कोणतीच लस शंभर टक्के यशस्वी होऊ शकत नाही. म्हणून साल्कचा हा दावा अशक्य कोटीतील आहे असे फ्रान्सिसने साल्कला सुनावले. पण सभागृहातील श्रोत्यांच्या दृष्टीने साल्क हा महानायक होता. फ्रान्सिसवरील प्रकाशझोत साल्कने आपल्याकडे वळवला होता.

लसीवर गंडांतर

साल्क-लस Inactivated polio vaccine (IPV) पूर्णपणे सुरक्षित व विश्वसनीय आहे याची खात्री पटल्यावर लसीच्या वितरणाला परवाना मिळाला. अमेरिकेतील पाच मोठ्या औषधी कंपन्यांना लसनिर्मितीची परवानगी मिळाली. त्यातील एक होती Cutter Laboratory. सर्व औषध कंपन्यांच्या लसी बाजारात आल्यावर दोन आठवड्यांनी शासकीय लॅबोरेटरीचे संचालक विल्यम वर्कमन यांच्याकडे कॅलिफोर्नियातील पाच विद्यार्थ्यांना पोलिओची लागण झाल्याची तक्रार आली. या लसीची निर्मिती कटर लॅबोरेटरीत झाली होती. लस ज्या हातांना टोचली गेली होती ते हात लुळे पडले होते. त्या गटातील सर्व लसीच्या कुप्या कंपनीने बाजारातून लगेच परत मागवून घेतल्या. तोपर्यंत लसीच्या ३८०००० मात्रा वितरीत करण्यात आल्या होत्या.

तपासणीअंती त्या कुप्यांतील लसीत पोलिओचे जिवंत विषाणू सापडले. लस टोचलेल्या सुमारे ४०००० विद्यार्थ्यांत पोलिओची फक्त प्रारंभीची लक्षणे दिसली. ५१ मुलांना प्रत्यक्ष विकार झाला आणि ५ मुले दगावली. शिवाय त्या गावात

पोलिओची साथ आली. मुलांच्या कुटुंबातील ११३ व्यक्तींना पोलिओची लागण झाली. अमेरिकेतील औषधी कंपन्यांच्या इतिहासातील ही सर्वात मोठी दुर्घटना होती. कटर इन्सिडेंट (Cutter Incident) या नावाने इतिहासात या गंडांतराची नोंद झाली.

फॉरमॅल्डाहाईड या रसायनाने पोलिओचे विषाणू निर्माण केले जातात या संकल्पनेवर लसीची निर्मिती झाली होती. पण हे रसायन सर्वच विषाणूंपर्यंत पोहचले नव्हते व ते विषाणू लसीमध्ये जिवंत स्वरूपातच राहिल्यामुळे ही दुर्घटना घडली होती. यानंतर लसनिर्मितीच्या प्रक्रियेत नियमित बदल करण्यात आले. नंतर १९५५ ते १९६२ च्या दरम्यान लसीच्या ४०० दशलक्ष मात्रा देण्यात आल्या. त्यांचे कोणतेच दुष्परिणाम दिसले नाहीत. साल्क लसीने अमेरिकेतील पोलिओचा प्रादुर्भाव प्रचंड घटला. कटर लॅबोरेटरीच्या संचालकांवर नंतर खटला भरण्यात आला.

सेबीनची लस

साल्क लसीच्या अभूतपूर्व यशानंतर सेबीनला आपल्या लसीच्या मोठ्या प्रमाणावर चाचण्या घेणे अशक्य झाले. सेबीनची लस क्षीण केलेल्या विषाणूंपासून बनवली होती व ती तोंडावाटे घेण्याजोगी होती. (oral polio vaccine — OPV) त्यामुळे ती अकुशल कर्मचारीही देऊ शकत. लसीवर खर्च कमी येत होता. शिवाय लस अन्नमार्गातून प्रवास करत असता 'स्थानिक अभयत्व' (Local Immunity) मिळणे व शौचावाटे लसीतील विषाणूंचे उत्सर्जन झाल्याने प्रतिक्षमताजनक विषाणूंचा सर्वत्र प्रसार होणे या सर्व कारणांमुळे अनेक शास्त्रज्ञांना सेबीन लस अधिक लाभदायी वाटली.

आपल्या लसीची अमेरिकेत चाचणी घेणे अशक्य आहे याची खात्री पटल्यावर सेबीनने रशियन प्रशासनाशी संधान जुळवून चाचण्या पूर्व युरोपियन राष्ट्रांत घेण्याची व्यवस्था केली. पण अमेरिकन सरकार त्यासाठी मदत करण्यास नाखूश होते. हे लक्षात आल्यावर सेबीनने अमेरिकन प्रशासनास राजीनाम्याची धमकी दिली. नंतरच अमेरिकन सरकार चाचण्यांसाठी आर्थिक मदत करण्यास तयार झाले. युरोपमध्ये चाचण्या घेतल्यानंतर तीन वर्षांनंतर सेबीनच्या लसीला मान्यता मिळाली. WHO ने येल युनिव्हर्सिटीतील डोरोथी हॉस्टमन हिला चाचण्यांचा आढावा घेण्यासाठी रशियात पाठवले. त्यानंतरच सेबीनची लस बाजारात आली.

पोलिओचे निर्मूलन

रोगोत्पादकता कमी केलेल्या (क्षीण) विषाणूंपेक्षा निष्प्राण (killed) विषाणू प्रतिबंधनाच्या दृष्टीने अधिक प्रभावी असतात या भूमिकेवर साल्क शेवटपर्यंत ठाम राहिला. एव्हाना पोलिओच्या मूळ विषाणूचे (Wild Virus) अमेरिकेतून उच्चाटन झाले होते आणि सेबीनच्या लसीतील सुधारित क्षीण विषाणूंचा प्रसार सर्वत्र झाला होता. तरीही १९९९ साली अमेरिकन शासनाने सेबीनच्या लसीऐवजी साल्कच्या लसीचा सार्वत्रिक वापर पुन्हा सुरू केला.

जागतिक आरोग्य संघटनेने १९८८ साली सुरू केलेल्या पोलिओच्या उच्चाटनाच्या मोहिमेसाठी सेबीनच्या लसीला प्राधान्य दिले व ते आजतागायत चालू आहे.

संशोधक, शास्त्रज्ञ आणि जनता

साल्क व सेबीन या दोघांना जनता व शास्त्रज्ञ यांच्याकडून वेगवेगळी वागणूक मिळाली. काही प्रमाणात याला दोघांचे स्वभाव कारणीभूत होते.

जोनास साल्क नम्र व मनमिळाऊ होता. त्याचा आत्मविश्वास जबरदस्त होता. जनतेच्या लेखी तो महानायक होता. त्याला अफाट प्रसिद्धी मिळाली व त्याच्यावर मानमरातबांची बरसात झाली. बालरोगतज्ज्ञ बेंजामिन स्पॉकप्रमाणे त्याचे नाव घराघरांत पोहचले व तो जनतेचा लाडका बनला. कॅलिफोर्नियात त्याच्या नावे एक संशोधन संस्था स्थापन झाली. पण त्याच्या समकालीन शास्त्रज्ञांनी त्याची फारशी दखल घेतली नाही आणि हे त्याला अखेरपर्यंत सलत होते.

याउलट सेबीनला शास्त्रीय जगताने अनेक सन्मान बहाल केले. 'National Academy of Sciences'चे सभासदत्व त्याला देण्यात आले. संशोधनक्षेत्रातील विषाणूतज्ज्ञ व प्रतिबंधनतज्ज्ञ यांनी सेबीनचा मोठा गौरव केला. वास्तविक पाहता सेबीनचे संभाषण नेहमीच तिरकस असायचे. त्याचे वक्तृत्व शब्दबंबाळ होते. त्याच्याशी मतभेद असणाऱ्यांशी तो सतत फटकून वागत असे.

ओकॉनॉरने साल्कला दिलेल्या प्राधान्याने बहुधा शास्त्रज्ञांनी साल्कविरुद्ध ग्रह करून घेतला असावा. प्रसिद्धिमाध्यमातून त्याला मिळालेली अभूतपूर्व प्रसिद्धीही याला कारणीभूत होती. शास्त्रज्ञांनी आपल्या मनोऱ्यांत आमजनतेपासून अलग राहावे अशी परंपरा होती. साल्कने तिचा भंग केला होता. परंपराप्रिय शास्त्रीय जगताला हे सहन होणे शक्य नव्हते.

ते काहीही असो. शास्त्रीय क्षेत्रातील साल्क व सेबीन या दोघांचेही कार्य अतुलनीय होते. दोघांच्या कार्यामुळे जगाचे पोलिओमुक्त होण्याचे स्वप्न प्रत्यक्षात उरतले. त्यांच्यातील वाद हा स्वर्गीय ताऱ्यांमधील वाद होता. इतरांनी तो फक्त जमिनीवरून पाहायचा होता. शास्त्रज्ञांच्या व सर्वसामान्यांच्या आठवणीत हे दोघेही चिरकाल टिकून राहावेत अशा तोलामोलाचे कार्य त्यांनी केले. जगातून पोलिओचे उच्चाटन करण्याचे दोघांचेही स्वप्न व ध्येय होते. ते आता जवळ जवळ दृष्टिक्षेपात आले आहे.

प्रकरण ९

अवयवरोपण : वैद्यकातील अद्‌भुत पर्व

"You cannot separate science from ethics. You cannot do simply what it is possible to do. You have to do what is right."

— Dr. Moneim Fadali

माणसाचे शरीर किंवा अवयव बदलण्याची कल्पना प्राचीन आहे. इजिप्तिशिअन पुराणातील 'स्फिंक्स' (सिंहाचे शरीर व स्त्रीचे मस्तक), रोमन पुराणातील 'पीटर पॅन' (बोकडाचे शरीर व लहान मुलाचा चेहरा), भारतीय पुराणातील नरसिंह (पुरुषाचे शरीर व सिंहमुख) आणि गजानन (हत्तीचे मस्तक व माणसाचे शरीर) ही याची काही उदाहरणे. बायबलमध्ये येशूने व त्याची आई मेरी यांनी तुटलेले हातपाय पुन्हा शरीरास जोडल्याच्या कथा आजही भक्तिभावाने वाचल्या जातात. डाण्टे, मिल्टन, ब्लेक या तत्त्वचिंतक कवींच्या काव्यांतही विचित्र प्राण्यांची वर्णने आहेत. मेरी शेली या लेखिकेचा 'फ्रॅन्केस्टाइन' लांडगा किंवा रक्तशोषक वाघुळाचे रूप घेणारा 'ड्रॅकुला' किंवा रॉबर्ट स्टीवनसनचा क्रूर वानरात रूपांतर होणारा डॉ. जेकिल ही वाङ्‌मयातील कल्पनाविलासाची उदाहरणे.

वैद्यकीय संत

इ.स.च्या चौथा शतकात संत कॉसमॉस व संत डेमियन हे दोन जुळे भाऊ वैद्यकतज्ज्ञ होते. त्यांनी एका ख्रिश्चन धर्मगुरूचा सडलेला (Gangrene) पाय कापून त्या जागी एका कृष्णवर्णीयाचा पाय जोडल्याची आख्यायिका आहे.

इंद्रियरोपणाचे (Organ Transplant) ते ख्रिस्ती धर्मातील 'रक्षक संत' (Patron Saint) समजले जातात. सोळाव्या शतकातील फ्रँकॉईस रेबिलस हा धर्मगुरू वैद्यकी करत असे. त्याने त्याच्या ग्रंथात एका शिरच्छेद केलेल्या सैनिकाचे मस्तक त्याच्या शरीराला पुन्हा जोडल्याच्या शस्त्रक्रियेचे प्रत्ययकारी वर्णन केले आहे.

सुश्रुताचार्य

लिखित स्वरूपातील इंद्रियरोपणाचा सर्वप्रथम उल्लेख 'सुश्रुत संहिते'त आहे. नाक, कान, गमावलेल्यांचे अवयव पूर्ववत करण्यासाठी जखम झालेल्या भागावर कपाळाच्या त्वचेचे कलम (Graft) टाकण्याची शस्त्रक्रिया सर्वप्रथम सुश्रुताचार्यांनी केली. अर्वाचीन काळात टिपू सुलतानाशी झालेल्या लढाईत ईस्ट इंडिया कंपनीच्या एका सैनिकाचे नाक कापले गेले. सुश्रुत संहितेतील पद्धतीप्रमाणे त्याचे नाक पूर्ववत करण्यात आले. ही शस्त्रक्रिया एका सामान्य विटकऱ्याने ब्रिटिश सैनिकी अधिकाऱ्यांसमोर केली व ती नंतर 'हिंदू पद्धत' (Hindu Method) म्हणून प्रसिद्ध झाली.

ॲस्पारो टॉग्लिओकोझी

युरोपमधील पुनरुत्थानकाळात (Renaissance) सर्जरीला चांगले दिवस आले. ॲस्पारो टॉग्लिओकोझी या बोलोना विद्यापीठातील शल्यतज्ज्ञाने इ.स. १५५७ मध्ये विद्रूप झालेल्या नाक, कान व ओठ या अवयवांवर शस्त्रक्रिया करून ते पूर्ववत करण्याचे तंत्र प्रसारात आणले. जखमी अवयवांवर तो दंडाच्या त्वचेचे रोपण (Transplant) करत असे. ही पद्धत विसाव्या शतकापर्यंत चालू होती. दंडाच्या त्वचेतील रक्तप्रवाह चालू राहिल्याने शस्त्रक्रियेची जखम लवकर भरून येई व नंतर अवयवाला योग्य तो आकार दिला जाई. या शस्त्रक्रियेची प्रख्यात फ्रेंच सर्जन ॲम्ब्रॉइज पारे याने टर उडवली. पण शस्त्रक्रिया बहुतेक वेळा यशस्वी होत असे. टॉग्लिओकोझीला सुघटन शल्यचिकित्सेचा (Reconstructive Surgery) जनक मानले जाते. (भारतीयांच्या मते हे श्रेय सुश्रुताचे आहे).

परंतु धर्ममार्तंडांना हे पसंत नव्हते. परमेश्वरी रचनेत ढवळाढवळ केल्याच्या आरोपावरून चर्चने टॉग्लिओकोझीला वाळीत टाकले. त्याच्या मृत्यूनंतर चर्चच्या आवारात पुरलेले त्याचे कलेवर उकरून काढून ते दुसरीकडे पुरण्याची शिक्षा त्याला मरणोत्तर मिळाली!

रक्तसंक्रमण

शरीरात नीलेवाटे रक्त भरण्याची प्रक्रिया (Blood Transfusion) हा इंद्रियरोपणाचा एक प्रकार म्हणता येईल. रिचर्ड लोअर या शास्त्रज्ञाने कुत्र्याचे रक्त माणसात घालण्याचा अचाट प्रयोग इ.स. १६६७ मध्ये केला. फ्रान्समध्येही असे प्रयोग झाले. पण अनेकांचे प्राण या खटाटोपात खर्ची पडल्यावर रक्तसंक्रमणावर बंदी आली.

इ.स. १८१८ मध्ये स्त्रीरोगतज्ज्ञ जेम्स ब्लंडेल याने एका स्त्रीला मानवी दात्याचे रक्त फनेल व पंप यांच्या साहाय्याने दिले. १९०० साली कार्ल लँडस्टायरने रक्तगटांचा (Blood groups) शोध लावल्यावर रक्तसंक्रमणानंतर होणारे दुष्परिणाम टाळणे शक्य झाले. रक्तपेढ्यांत रक्त साठवण्याची पद्धत रूढ झाल्यावर दुसऱ्या महायुद्धांत जखमी झालेल्या अगणित सैनिकांचे प्राण वाचले. यानंतर रक्त प्रवाही ठेवणाऱ्या Heparin या औषधाचा शोध लागला. त्यामुळे मोठमोठ्या शल्यक्रियांत होणाऱ्या रक्तस्रावावर इलाज सापडला व सर्जरीचे क्षेत्र विस्तारले.

दंतरोपण

सर जॉन हंटर या प्रख्यात इंग्लिश शल्यतज्ज्ञाने एका कोंबड्याचे नख त्याच्या तुऱ्यात बसवले. तेथे ते डौलदारपणे वाढले. याने प्रोत्साहित झालेल्या हंटरने एका माणसाचा उपटलेला दात कोंबड्याच्या तुऱ्यात बसवला. तिथे तो टिकला व आकाराने वाढला. हंटरच्या या यशस्वी प्रयोगानंतर अनेक दंतवैद्यांनी निर्धन इसमांचे नगण्य मोबदल्यात चांगले दात उपटून ते धनिकांच्या मुखांत बसवण्याचा उद्योग आरंभला व आपले उखळ पांढरे केले.

रोपणाच्या यशस्वी शल्यक्रियांमुळे एका अश्लाघ्य प्रकाराला सुरुवात झाली. इ.स. १७०० च्या सुमारास Body Snatchers ही नवीन गुन्हेगारी जमात निर्माण झाली. हे लोक कबरीत पुरलेली प्रेते उकरून काढत व खाजगी Anatomy Schools ना विकत. शरीररचनाशास्त्राच्या प्रशिक्षणाबरोबर कलेवरांतील काही इंद्रियांचा वापर जिवंत रुग्णात रोपण करण्यासाठी केला जाई. अनेक रुग्णांना यामुळे आपले प्राण गमवावे लागत. रॉबर्ट लुई स्टीवनसन या कादंबरीकाराने एका कादंबरीत या अघोरी प्रकारांची सविस्तर वर्णने केली आहेत. याला आळा घालण्यासाठी इंग्लंडमध्ये Anatomy Act जारी झाला.

जननग्रंथी

जननग्रंथींचा अर्क शरीरात घातल्यास तारुण्य अबाधित राहते हा समज प्राचीन काळापासून आजतागायत चालू आहे. महाभारतातील शंतनूने तारुण्याच्या हव्यासापायी आपल्या मुलालाही फशी पाडले. तारुण्य टिकून राहावे म्हणून पौर्वात्य देशांत वाघ सिंह या क्रूर प्राण्यांच्या वृषणांना बरेच महत्त्व मिळाले. सतराव्या शतकातील औषधीग्रंथांत अनेक प्राण्यांच्या जननग्रंथींच्या अर्कांचा अंतर्भाव होता. आधुनिक काळात चार्ल्स ब्राऊन सेकार्ड या विख्यात चेतातज्ज्ञाने वृद्धापकाळी तारुण्यप्राप्तीसाठी प्राण्यांचे वीर्य, वृषणांच्या धमन्यांतील रक्त आणि वृषणांचे अर्क स्वत:ला टोचून तारुण्य मिळाल्याचा दावा केला. परंतु यानंतर महिन्याभरातच त्याचा अंत झाल्यामुळे त्याच्या दाव्यातील तथ्य पडताळता आले नाही.

१९२० च्या दशकात जे. आर. क्रिंकले या भामट्याने बोकडांच्या वृषणग्रंथी माणसाच्या शरीरात बसविण्याचा अगोचरपणा केला. त्याला अमाप पैसा मिळाला. त्याची भामटेगिरी उघडकीस आली व त्याला धंदा बंद करून परागंदा व्हावे लागले.

पॅरिस येथील रशियन सर्जन सर्जी वॉरॉवॉव याने या उपचारांचा हिरिरीने पुरस्कार केला. त्याने तरुण एडक्यांची वृषणे वृद्ध एडक्यांत रोपण केली. प्राण्यांची शारीरिक ताकद वाढवण्यासाठी त्याने वृषणग्रंथींचा उपयोग केला. १९२१ साली त्याने हजारो माणसांच्या शरीरात माकडांच्या वृषणग्रंथी बसवल्या.

यानंतर युरोपात रोपणविरोधी वातावरण तयार झाले. शिकागोमधील सर्जन कार्ल मूर याने रोपण केलेल्या वृषणग्रंथींमुळे जननप्रेरकांचे प्रमाण वाढत नाही हे सप्रमाण सिद्ध केले. उलट रोपण केलेल्या उती शरीर 'परकीय' पदार्थ समजून नष्ट करते असे त्याने प्रतिपादन मांडून भरकटलेले तारू वळणावर आणले. यानंतर Testosterone व इतर संप्रेरकांचे (Hormones) शोध लागले व या रोपण शल्यक्रिया अस्तंगत झाल्या.

त्वचारोपण

युरोपमधील जागृती पर्वात बॅरोनिओ या तत्त्वचिंतक वैद्यकतज्ज्ञाने प्राण्यांमध्ये त्वचारोपणाचे प्रयोग केले. त्वचारोपणासाठी घेतलेले कलम त्याच प्राण्याचे असेल तर ते टिकते. निराळ्या वंशाच्या प्राण्याच्या त्वचेचे कलम टिकत नाही असे त्याने लिहून ठेवले.

एकोणिसाव्या शतकात लंडनमधील प्रसिद्ध सर्जन अॅस्टले कूपर याने गाईज हॉस्पिटलमध्ये स्वत:च्या हाताला झालेल्या जखमेवर एका रुग्णाच्या नॉर्मल त्वचेचे रोपण केले. ते यशस्वी झाले. एकोणिसाव्या शतकाच्या उत्तरार्धात रुग्णाच्याच पोट, मांडी येथील नॉर्मल त्वचेचे त्याच्या जखमेवर रोपण करण्याचे प्रयोग झाले. ते बऱ्याच प्रमाणात यशस्वी झाले. या तंत्राला Autograft असे नाव मिळाले. एकाच वंशातील प्राण्यांमधील रोपणाला Allograft व भिन्न वंशीय प्राण्यांमधील रोपणाला Xenograft अशी नावे मिळाली. परंतु ही रोपणे फार काळ टिकत नसत. असे का होते हे समजत नव्हते.

इ. स. १८६० मध्ये स्विस शल्यतज्ज्ञ जे. एन. रेवर्डिन याने त्वचेचे पहिले यशस्वी रोपण केले. हॅरॉल्ड गिलीस या इंग्लिश सर्जनने युद्धात जखमी झालेल्या सैनिकांवर अशा प्रकारच्या शस्त्रक्रिया केल्या. त्याने आल्डरशॉट या गावी एक केंद्र उघडले. दुसऱ्या महायुद्धानंतर त्याचा सहायक आर्चिबाल्ड मॅकिंडो याने ससेक्स परगण्यात, क्वीन व्हिक्टोरिया रुग्णालयात त्वचारोपण केंद्र स्थापन केले. युद्धात विमानाचा स्फोट होऊन चेहरे व हात भाजलेल्या ४००० वैमानिकांवर त्याने त्वचारोपणाच्या शस्त्रक्रिया केल्या. Reconstructive Surgery (सुघटन शल्यक्रिया) ही संज्ञा त्याने सर्वप्रथम वापरली. त्या आधी तिचा उल्लेख Plastic Surgery असा होत असे.

कलमांचा अस्वीकार (Rejection)

शरीरातील इंद्रियांच्या रोपणाची संकल्पना अॅलेक्सी कॅरेल या फ्रेंच सर्जनने प्रत्यक्षात उतरवली. त्याने सूक्ष्म रोहिण्यांना टाके घालण्याचे तंत्र विकसित केले व प्राण्यांत हृदय, मूत्रपिंड, प्लीहा या इंद्रियांची रोपणे केली. आधुनिक रोपणशल्यक्रियेचा जनक म्हणून अॅलेक्सी कॅरेल ख्यातनाम झाला. शल्यक्रिया तांत्रिकदृष्ट्या यशस्वी होऊनही ही कलमे कालांतराने नष्ट होत. कोणत्यातरी अनाकलनीय शारीरिक कारणामुळे शरीर कलमांना स्वीकारत नव्हते.

या अस्वीकाराला आनुवंशिक किंवा रासायनिक घटक कारणीभूत होत असावेत असा जर्मन शास्त्रज्ञांचा अंदाज होता. १९४० साली लंडनमधील 'National Institute of Medical Research' या संस्थेतील प्रतिभावंत जीवशास्त्रज्ञ पीटर मेदावर याने हे गूढ उकलले.

पीटर मेदावर

मेदावरचे जीवशास्त्राचे प्रशिक्षण मार्लबरो व ऑक्सफर्ड विद्यापीठात झाले. पदव्युत्तर प्रशिक्षणानंतर मेदावर लंडनच्या युनिव्हर्सिटी कॉलेजमध्ये प्राणिशास्त्राचा प्राध्यापक या पदावर रुजू झाला. त्याला Research Institute चे संचालकपद मिळाले. 'Memoirs of a Thinking Rabbit' हे आत्मचरित्र त्याने १९८६ साली प्रसिद्ध केले. रोपणाच्या क्षेत्रात त्याने अनेक सृजनात्मक प्रयोग केले. १९६९ साली पक्षाघाताचा झटका आल्यावरही त्याने आपले काम थांबवले नाही.

रोपण केलेले इंद्रिय स्वीकारकाच्या (Recipient) शरीरात नष्ट होते. त्याच दात्याचे (Donor) इंद्रिय फिरून स्वीकारकाच्या शरीरात रोपण केल्यास ते पहिल्यापेक्षा अधिक वेगाने नष्ट होते हे मेदावर व त्याच्या सहकाऱ्यांनी सिद्ध केले. यावरून या प्रक्रियेत प्रतिजन (Antigen) व प्रतिद्रव्य (Antibody) यांचा सहभाग असावा असा तर्क समोर आला. पीटर मेदावरने या प्रक्रियेतील अभयता यंत्रणेचा (Immune System) सहभाग सप्रमाण सिद्ध केला.

त्वचेचे रोपण केल्यावर रक्तातील श्वेतपेशी त्या स्थानावर हल्ला चढवतात हे मेदावरला सूक्ष्मदर्शकात दिसले. शरीराची ही प्रतिक्रिया नष्ट करावी या हेतूने प्रथम क्ष-किरण व नंतर विशिष्ट औषधे यांचा उपयोग करण्यात आला. दोन गर्भ असलेल्या पिंडापासून जन्मलेल्या (Dizygotic) जुळ्या माकडांतील एकाची त्वचा दुसऱ्यात रोपण केल्यास ते कलम टिकते हे मेदावरने सिद्ध केले. यानंतरच जुळ्या भावातील मूत्रपिंडरोपणाची शस्त्रक्रिया सफल झाली.

मॅकफार्लेन बर्न

१९४९ साली मॅकफार्लेन बर्न व फॅक फेनर यांनी एक नवे प्रतिपादन मांडले. गर्भावस्थेतील सस्तन प्राण्यांत जर जिवाणू, विषाणू किंवा परकीय पेशी सोडण्यात आल्या तर त्या वेळी गर्भाची अभयता यंत्रणा अविकसित असल्यामुळे ती या प्रतिजनांना 'परकीय' म्हणून ओळखू शकत नाही. पुढील आयुष्यात, म्हणजे जन्मानंतर, अशा प्रकारची प्रथिने शरीरात शिरल्यावरदेखील ती नष्ट होत नाहीत. बर्नने या घटनेला अभयात्मक सहिष्णुता (Immunological Tolerance) असे नाव दिले.

१९६० साली पीटर मेदावर आणि मॅकफार्लेन बर्न यांना नोबेल पुरस्कार मिळाला.

एचएलए (HLA)

१९४८ साली ताम्ररक्तपेशीतील एक विशिष्ट प्रतिजन निर्माण करणाऱ्या एका जनुकाचा शोध लागला. त्याला H_2 असे नाव मिळाले. H_2 पासून निर्माण होणाऱ्या प्रतिजनाला H_2 Antigen (Human Lymphocytic Antigen - HLA) असे नाव मिळाले. प्रतिद्रव्याला H_2 Antibody असे नाव देण्यात आले. या प्रतिद्रव्यामुळेच कलम स्वीकारले जात नाही हे लक्षात आल्यावर रोपण करण्याअगोदर स्वीकारक व दाता यांच्या उती एकमेकांस अनुरूप असाव्यात (Histocompatible) ही संकल्पना आली. जीन डॉसे या फ्रेंच शास्त्रज्ञाचे हे संशोधन होते. म्हणून रोपणाअगोदर HLA Typing करण्याची प्रथा रूढ झाली. १९८० चा नोबेल पुरस्कार जीन डॉसे आणि अमेरिकन शास्त्रज्ञ बारुज बेनासिराफ व जॉर्ज स्नेल यांना मिळाला. जनुकाने नियंत्रित केलेल्या पेशीच्या आवरणावर असणाऱ्या अभयताजनक घटकांचा शोध या तिघांनी घेतला. या संशोधनामुळेच भविष्यातील रोपण शल्यक्रिया यशस्वी झाल्या.

जीन डॉसे

पॅरिसमधील सेंट लुई रुग्णालयातील अभयता विज्ञान विभागाचा डॉसे प्रमुख होता.

१९५८ साली त्याने पेशींच्या आवरणावर असणाऱ्या व विशिष्ट जनुकाच्या नियंत्रणाखाली असणाऱ्या दर्शकांचा (Surface markers) शोध लावला. त्यांनाच HLA असे नाव मिळाले. या markers मुळे माणसातील अभयता यंत्रणेला 'स्वकीय' व 'परकीय' यांच्यातील फरक समजतो. उतींचे या markers च्या अनुरोधाने वर्गीकरण (Typing) झाल्यास रोपण शल्यक्रिया यशस्वी होण्याच्या प्रमाणात लक्षणीय वाढ होते.

HLA जनक जनुकामुळे शरीरातील अभयतेचे नियंत्रण होते व त्यामुळे Multiple Sclerosis, मधुमेह, सांसर्गिक विकार व कर्करोग या विकारांबद्दल अधिक माहिती मिळू शकते.

जीन डॉसेचे प्रशिक्षण पॅरिस युनिव्हर्सिटीत झाले. दुसऱ्या महायुद्धकाळात तो फ्रेंच सैन्यात भरती झाला. फ्रेंचांच्या पराजयानंतर तो उत्तर आफ्रिकेत मुक्त फ्रेंच सैन्यात डॉक्टर म्हणून काम करू लागला. येथेच त्याचा Immuno Hematology या वैद्यकीय शाखेशी संबंध आला. १९४६ साली त्याने पॅरिस येथील मार्सेल बेसिससह 'National Blood Transfusion Centre' मध्ये आपले संशोधन केले.

१९४८ साली त्याला अमेरिकेतील बोस्टन येथील मुलांच्या रुग्णालयात पाठवण्यात आले. पॅरिसमध्ये परतल्यावर तो National Blood Transfusion केंद्रातील Immuno Hematology विभागाचा प्रमुख झाला व तिथेच त्याने HLA जनुकावर संशोधन केले.

यानंतर जीन डॉसेने अनेक महत्त्वाची पदे भूषवली. १९५० साली फ्रेंच शिक्षणखात्यात सल्लागार म्हणून त्याला नेमणूक मिळाली. डॉसेने १९८४ साली 'Human Polymorphism Study Centre' ही संस्था स्थापन केली. तिला नंतर Foundation Jean Dausset — CEPH से नाव देण्यात आले. या संस्थेने भविष्यात Genome Mapping या जगातिक प्रकल्पात महत्त्वाची कामगिरी बजावली. जगभरातील विविध वांशिक जमातींच्या DNA मधील फरकांचा प्रकल्प या संस्थेने केला. हे संशोधन डॉसेच्या दिग्दर्शनाखाली झाले.

जीन डॉसे या अत्यंत शांत स्वभावाच्या सद्‌गृहस्थाला तरुणपणी कलाविषयांची आवड होती. युद्धोत्तर काळात पॅरिसमध्ये त्याने आपल्या पेंटिंग्जचे प्रदर्शन रुडू ड्रॅगन या आर्ट गॅलरीत भरवले. एका कलाप्रेमी धनाढ्य इसमाने त्याला संशोधन केंद्र स्थापण्यासाठी आर्थिक मदत केली.

२००३ साली डॉसेने CEPH च्या संचालकपदाचा राजीनामा दिला. २००९ साली त्याचा अंत झाला. त्याचे संशोधन चिरंजीव झाले.

अभयताविरोधी औषधे

शरीराच्या प्रतिक्षमतेमुळे इंद्रिय रोपण यशस्वी होणे अशक्य होते हे ध्यानात आल्यावर ती कमी कशी करता येईल याचा विचार सुरू झाला. यासाठी प्रथम क्ष-किरणांचा वापर झाला. पण त्यांचे दुष्परिणाम लक्षात आल्यावर किरणोपचार बंद झाले. आता औषधांचा शोध सुरू झाला. शरीराची प्रतिक्षमता कमी झाल्यास जंतुसंसर्ग सहजपणे होतो हे कळूनही प्रतिक्षमता कमी करणे आवश्यक होते. ही जाणूनबुजून घेतलेली जोखीम होती. कलमाचा अस्वीकार आणि जंतुसंसर्ग हे दोनच पर्याय होते. जंतुसंसर्गावर उपाय होता.

रॉबर्ट श्वार्ट्झ् आणि विल्यम डेमशेक या दोघांनीही 6-Mercaptopurine या कॅन्सरविरोधी औषधामुळे प्रतिक्षमता कमी होते हे सिद्ध केले. ब्रिटिश सर्जन रॉय कॅल्न डेविड ह्यूम आणि चार्ल्स झुकोस्की यांनी हे औषध कुत्र्यांमध्ये वापरले व मूत्रपिंडाचे कलम अधिक काळ टिकते हे सिद्ध केले. या औषधापासून Azathioprine हे औषध संशोधण्यात आले. याचबरोबर Corticosteroid हे

औषध वापरल्यास प्रतिक्षमता लक्षणीय रीतीने कमी होऊन रोपण यशस्वी होते हे समजले. Azathioprine पेक्षा अधिक प्रभावी असणाऱ्या Cyclosporine या औषधाचा नंतर शोध लागला. विसाव्या शतकाच्या शेवटच्या दशकात टार्कोलिमस, मायकोफेनोलेट मॉफटिल, सिरोलिमस या औषधांचे शोध लागले. १९८० च्या दशकात मोनोक्लोनल अँटिबॉडीजचा (Monoclonal Antibodies) शोध लागला. या स्वरूपाचे पहिले प्रतिद्रव्य होते OKT3.

कालांतराने या औषधांचे दुष्परिणाम लक्षात येऊ लागले. रोपण केलेले इंद्रिय नष्ट होणे, रक्तदाब वाढणे, रक्तातील मेद वाढणे, मधुमेह व दीर्घकाळानंतर होणारा कॅन्सर हे या औषधांचे दुष्परिणाम समजले.

मूत्रपिंड

त्वचारोपणानंतर शास्त्रज्ञांनी आपले लक्ष मूत्रपिंडाकडे वळवले. मूत्रपिंडांच्या उतींचे वर्गीकरण (Typing) व रोपणाची शल्यक्रिया तुलनेने सोपी असते. शिवाय माणसाचे काम एका मूत्रपिंडावरदेखील चालू शकते. म्हणून एखाद्या रुग्णाचे एक मूत्रपिंड निकामी झाल्यासही तो जगू शकतो. मूत्रपिंडाच्या या वैशिष्ट्यामुळे नॉर्मल माणूस आपल्या दोहोंमधील एक मूत्रपिंड रुग्णाला सहज दान करू शकतो. यामुळे मूत्रपिंडरोपणासाठी दाता मिळणे अवघड नसते. रोपण अयशस्वी झाल्यास Kidney dialysis चा मार्ग उपलब्ध असतो. अमेरिकेत जॉन्स हॉपकिन्स विद्यापीठात १९१४ साली कृत्रिम मूत्रपिंडाच्या (Artificial kidney) उपयोग करण्यात आला. त्यानंतर तीस वर्षांनी माणसात वापरण्याजोगे कृत्रिम मूत्रपिंड नेदरलँडमधील विलेम कोल्फ याने तयार केले. प्रारंभी हे यंत्र तात्पुरत्या पण तीव्र (Acute) स्वरूपाच्या मूत्रपिंडाच्या अक्षमतेसाठी वापरत असत. इ. स. १९६० च्या दशकात बेल्डिंग स्क्रिब्नरने सिएटलमध्ये दीर्घ स्वरूपाच्या अक्षमतेसाठीही यंत्राचा उपयोग केला.

डिसेंबर १९५४ मध्ये बोस्टन येथे पहिले यशस्वी मूत्रपिंडरोपण करण्यात आले. शल्यतज्ज्ञ होते जोसेफ मरे व हार्टवेल हॅरीसन. यासाठी मरेला नोबेल पुरस्कार मिळाला.

फुप्फुस

जून १९६३ मध्ये जेम्स हार्डी या शल्यतज्ज्ञाने फुप्फुसाचे यशस्वी रोपण केले. रुग्णाला फुप्फुसाचा कॅन्सर होता. दाता अकार्यक्षम हृदयक्रियेमुळे मरण पावला

होता. नव्या फुप्फुसाने अठरा दिवस व्यवस्थित काम केले. एकोणिसाव्या दिवशी मूत्रपिंडाच्या अकार्यक्षमतेमुळे रुग्ण मरण पावला. प्रत्यक्ष रोपण यशस्वी झाले होते.

हृदय

शल्यतज्ज्ञांच्या मते हृदयरोपणाची शस्त्रक्रिया म्हणजे गौरीशंकर शिखर पादाक्रांत करणे. माणसाचा मृत्यू झाल्यावर हृदयातील उतींचा लगेच अपकर्ष (Degeneration) होण्यास सुरुवात हेते. शरीराबाहेर काढलेल्या हृदयाचे दीर्घकाळ स्पंदन चालू ठेवणे सोपे नसते. या समस्या असूनही हृदयरोपणाची संकल्पना जगभरातील शल्यतज्ज्ञांना स्वस्थ बसू देत नव्हती. विशेषत: अमेरिकेत यासाठी प्रयत्न चालू होते. अमाप संपत्तीचा यासाठी आवश्यक होती. शिवाय जगात हृद्रोग्यांच्या संख्येत प्रचंड वाढ झाली होती.

जेम्स हार्डीने २३ जानेवारी १९६४ रोजी मिसिसिपी मेडिकल केंद्रात हृदयरोपण करण्याचा पहिला प्रयत्न केला. (त्याला फुप्फुसरोपणाचा पूर्वानुभव होता.) पण एक अनपेक्षित घटना घडली. दात्याचा मृत्यू होण्यापूर्वी स्वीकारकाची हृदयक्रिया बंद पडली. पण हार्डीने हार मानली नाही. त्याने शल्यक्रियागृहातच एका चिंपांझीचे हृदय स्वीकारकाच्या हृदयाच्या जागी बसवले. मर्कटाच्या हृदयाला मानवी हृदयाचे काम झेपले नाही व रुग्ण ख्रिस्तवासी झाला.

यानंतर चार वर्षांनी साऊथ आफ्रिकेतील केपटाऊन शहरातील ग्रूट शूर रुग्णालयातील शल्यतज्ज्ञ क्रिस्तिआन बर्नार्ड याने ३ डिसेंबर १९६७ रोजी डेनिस डार्वल या अपघातात मरण पावलेल्या स्त्रीचे हृदय त्रेपन्न वर्षीय लुई वॉशकॅन्स्की या हृद्रोग्याच्या छातीत बसवले. स्वीकारक व दाता दोघेही गौरवर्णीय होते. त्यांतील एक कृष्णवर्णीय असता तर वांशिक भेदाभेद असलेल्या दक्षिण ऑफ्रिकेत कृष्णवर्णीयांना प्रयोगशाळेतील गिनीपिग्ज केल्याचा आरोप झाला असता. (बर्नार्ड स्वत: कृष्णवर्णीयांवर शल्यक्रिया करावी या मताचा होता असे म्हटले जाते.)

या शल्यक्रियेचा जगभरात एवढा गाजावाजा झाला की त्यापुढे रुग्णाच्या प्रकृतीला दुय्यम स्थान मिळाले. शल्यक्रियेनंतर काही दिवसांतच अतिदक्षता विभागातील रुग्णाच्या खोलीत वार्ताहरांना प्रवेश देण्यात आला व रुग्णाचे फोटो टेलिव्हिजनवर झळकले. (आज हा प्रकार चालवून घेण्यात आला नसता.) शल्यक्रियेनंतर बर्नार्डला व्याख्यानांसाठी जगभरातून निमंत्रणे आली. तो भारतातही येऊन गेला. तो दौऱ्यावर असताना रुग्णाची प्रकृती बिघडण्यास सुरुवात झाली व त्याचा मृत्यू ओढवला. यशस्वी शल्यक्रियेनंतर अठरा दिवसांनी जगातील पहिला

हृदयरोपण केलेला रुग्ण लुई वॉशकॅन्स्की मरण पावला.

त्यानंतर जानेवारी १९६८ मध्ये कॅलिफोर्नियातील स्टॅन्फर्ड येथे नॉर्मन शमवे याने मे महिन्यात व डेंटन कुली याने ह्यूस्टन येथे हृदयरोपणाच्या शस्त्रक्रिया केल्या. त्यानंतर जगभरातील शल्यतज्ज्ञांनी नियमितपणे ही शल्यक्रिया चालू केली. अमेरिकेचे या क्षेत्रातील अग्रेसरत्व काही दिवसांनी हुकले. मुंबईच्या केईएम रुग्णालयात हृदयशल्यतज्ज्ञ प्रफुल्लकुमार सेन यांनी आशिया खंडातील पहिली हृदयरोपण शस्त्रक्रिया केली. पण रुग्ण काही दिवसांतच मरण पावला.

प्रसिद्धिमाध्यमातून मिळालेल्या बेफाम प्रसिद्धीमुळे बर्नार्डला जगात महानायकाचे स्थान मिळाले. त्याच्या खाजगी जीवनावर याचा वाईट परिणाम होऊन त्याच्या पत्नीने त्याच्यापासून घटस्फोट घेतला. नंतर वर्षभरात जगातील अठरा देशांत हृदयरोपणाच्या शंभर शस्त्रक्रिया झाल्या. त्या काळात उतींचे वर्गीकरण करण्याची पद्धत नसल्याने साठ टक्के रुग्ण दगावले. शल्यक्रियेला बेफाम खर्च येत असल्याने विकसनशील देशांत ही शल्यक्रिया करणे आर्थिकदृष्ट्या अशक्य होते.

यानंतर दहा वर्षांनी सायक्लोस्पोरिनचा शोध लागला व यशस्वी रोपणांची संख्या वाढली. १९८७ पर्यंत ७००० रुग्णांना नवी हृदये मिळाली.

रोपण शल्यक्रियांचा अतिरेक

हृदयरोपण यशस्वी झाल्यावर शल्यतज्ज्ञांनी एकाच वेळी अनेक इंद्रियांची रोपणे करण्याचे साहस केले. यात रुग्णाच्या गरजेपेक्षा शल्यतज्ज्ञांच्या कौशल्याचे प्रदर्शन अधिक होते. १९९० च्या सुमारास रॉबर्ट व्हाइटने माकडाचे मानेखालील पूर्ण शरीर बदलण्याचा अचाट प्रयोग केला. १९९२ साली अँड्रिअस टिझाकी या शल्यतज्ज्ञाने पीट्सबर्ग येथे लॉरा डेविस या ब्रिटिश मुलीची सहा इंद्रिये एकाच वेळी बदलण्याची शस्त्रक्रिया केली व तो प्रसिद्धीच्या झोतात आला. याविरुद्ध जगात व्यक्त झालेली प्रतिक्रिया तीव्र निषेधाची होती.

टिझाकीने बेनिटो ॲग्रीला या इसमावरही अशीच शल्यक्रिया केली. शल्यक्रियेनंतर देण्यात आलेल्या औषधांचे दुष्परिणाम बेनिटोला असह्य झाले व त्याने औषधे घेण्याचे साफ नाकारले. त्याला हातकड्या घालून रुग्णवाहिकेतून जबरदस्तीने रुग्णालयात आणण्यात आले. त्या वेळच्या कायद्यानुसार रुग्णाला उपचार नाकारण्याचा हक्क नव्हता. डॉक्टरला रुग्णावर उपचार करणे जरुरीचे वाटत होते. पण यामुळे सर्जन टिझाकीचे नाव अधिकच बद्नाम झाले.

वैद्यकीय जगतात या घटनेने खळबळ उडाली. तंत्रज्ञानाच्या अमानुष प्रवाहात रुग्णाला स्वयंनिर्णयाचा हक्क नाकारणे हे वैद्यकीय आचारसंहितेला छेद देणारे आहे हा मतप्रवाह प्रबळ झाला. क्रिस्तिआन बर्नार्डच्या आत्मचरित्रात त्याची जिद्द व यशस्वी होण्याचा ध्यास दिसतो. पण यश व कीर्ती मिळवण्याच्या हव्यासाने डॉक्टर्स कोणत्या थराला जाऊ शकतात याची टिझाकी व बर्नार्ड ही ज्वलंत उदाहरणे आहेत.

रोपण शल्यक्रिया : एक दृष्टिक्षेप

आधुनिक शल्यक्रियातंत्राचा भर प्रारंभी विकारग्रस्त उती व अवयव काढून टाकण्यावर (Excision) होता. कालांतराने प्लॅस्टिक व सुघटन शल्यक्रिया (Reconstruction) करण्याकडे शल्यतज्ज्ञांचा कल होऊ लागला. त्वचेची कॅन्सरची अर्बुदे, (Tumours) जन्मजात वैगुण्ये, चेहरा भाजल्यामुळे किंवा अपघातात आलेली विद्रूपता, मूत्रमार्गातील वैगुण्ये, कॅन्सरजन्य व्रण व स्तनांना सुडौल करण्याच्या व तत्सम शल्यक्रिया या शल्यक्रियांचा सुघटन शल्यचिकित्सेत अंतर्भाव होऊ लागला.

त्वचा व हाडे या अवयवांची रोपण शल्यक्रिया रुग्णाच्या शरीरातील अवयवांपासून (Autotransplant) करणे शक्य होते. इ.स. १८६९ मध्ये फ्रेंच शल्यतज्ज्ञ जीन कॅसीमीर गिऑन याने जखमेवर त्वचेचे लहान लहान तुकडे टाकले व जखम भरून काढली. जॅकस रेवर्डिन याने या तंत्राने मोठ्या जखमादेखील भरून येतात हे दाखवले. एडुआर्ड झर्म याने डोळ्यांतील कॉर्निआ (Cornea) अपारदर्शक झाल्यास त्या जागी नॉर्मल कॉर्निआ बसवता येतो (corneal transplant) हे सिद्ध केले. अनेकांना या शल्यक्रियेमुळे दृष्टिलाभ झाला.

हॅरॉल्ड गिलीस या ब्रिटिश शल्यतज्ज्ञाने पहिल्या जागतिक युद्धात शेकडो वैमानिकांच्या चेहऱ्यांवर शल्यक्रिया केल्या. रुग्णाचा चेहरा सुंदर असावा हे त्याचे ईप्सित होते. (A beautiful woman is worth preserving' हे त्याचे वक्तव्य होते.) त्याचा सहकारी आर्चिबाल्ड हेक्टर मॅकिंडो याने दुसऱ्या जागतिक युद्धकाळात अशा प्रकारच्या शल्यक्रिया कौशल्याने केल्या. चेहरा व हात भाजलेल्या वैमानिकांना तो देवदूत भासत असे यात नवल नाही.

ॲलेक्सी कॅरेलने सूक्ष्म रोहिण्यांना टाके घालण्याचे तंत्र विकसित केल्यावर इंद्रियांच्या रोपण शल्यक्रिया करणे शक्य झाले. प्रयोगशाळेतील प्राण्यांत कॅरेलने मूत्रपिंड, हृदय आणि प्लीहा यांची रोपणे केली. पण त्यातील बरीचशी नंतर नष्ट

झाली. यामुळे शरीर 'परकीय' उती स्वीकारत नाही हे समजले. पीटर मेदावरने यापाठची कारणपरंपरा शोधून काढली. प्राण्यांच्या शरीरात निर्माण झालेल्या प्रतिद्रव्यांची ही करामत असते हे मेदावरने सिद्ध केले.

१९५१ साली मेदावरने शरीराची प्रतिक्षमता कमी करण्यासाठी कॉर्टिसोनचा (Cortisone) उपयोग केला. रॉय कॅल्नने अझायाथिओप्रिन या औषधाचे प्रयोग केले. सायक्लोस्पोरिन या अत्यंत प्रभावी औषधाचा शोध १९५९ साली लागला व रोपण शल्यक्रिया यशस्वी होण्याचा मार्ग मोकळा झाला.

शल्यक्रियेची सुरुवात मूत्रपिंडरोपणाने झाली. १९५१ पासून अमेरिकेत ब्राइट डिसीझ (Bright Disease) या मूत्रपिंडविकाराच्या अंतिम अवस्थेत असणाऱ्या रुग्णांसाठी मूत्रपिंडरोपणाची शल्यक्रिया करणे चालू झाले. पण तेव्हा या शल्यक्रियेनंतर मरण पावणाऱ्या रुग्णांची संख्या प्रचंड होती. दाता व स्वीकारक यांच्या उती जुळत नसल्यामुळे हे घडत होते. एकपिंडोत्भव जुळ्या भावांत रोपणाची पहिली यशस्वी शल्यक्रिया झाली. डिसेंबर १९५४ मध्ये बोस्टनमध्ये मरे व हॅरीसन यांनी ही शल्यक्रिया केली. यानंतर फुप्फुसरोपण झाले. जेम्स हार्डीने ही शल्यक्रिया केली व त्यानेच पहिली हृदयरोपणाची शल्यक्रिया केली पण ती अयशस्वी झाली.

त्यानंतर चार वर्षांनी क्रिस्विआन बर्नार्ड या दक्षिण आफ्रिकेतील सर्जनने पहिले हृदयरोपण केले. रुग्ण त्यानंतर अठरा दिवसांनी न्युमोनियाने मरण पावला. बर्नार्डनंतर काही दिवसांनी अमेरिकेत नॉर्मन शमवे व डेंटन कूली यांनी ही शल्यक्रिया केली. त्यानंतर जगभरात झालेल्या अशा शल्यक्रियेनंतर साठ टक्के रुग्ण मृत्युमुखी पडले. यामुळे प्रचंड गदारोळ झाला.

अमेरिकेत १९८४ साली झालेल्या तीनशे शल्यक्रियेनंतर पंचाहत्तर टक्के रुग्ण वर्षभर व सहासष्ट टक्के रुग्ण पाच वर्षे जगले. रोपण शस्त्रक्रियांची नंतर लाट आली. एकाच वेळी शरीरातील अनेक इंद्रिये बदलण्यात येऊ लागली. रुग्णांना गिनिपिगची कळा आली. अँड्रिआस टिझाकी प्रसिद्धीच्या हव्यासामुळे बदनाम झाला.

वैद्यकीय प्रगतीच्या यज्ञकुंडात रुग्णांचा बळी जात आहे अशी भावना प्रसृत झाली. साध्य हस्तगत करण्यासाठी साधनशुचितेचा बळी देण्यात आला. १९६० च्या सुमारास जॉन चार्नले या शल्यतज्ज्ञाने खराब झालेल्या कंबरेच्या सांध्याच्या जागी कृत्रिम सांधा बसवण्याची शल्यक्रिया विकसित केली. त्यामुळे अगणित वृद्धांचे जीवन सुसह्य झाले. १९६२ साली बोस्टन येथे एका बारा वर्षाच्या मुलाचा अपघातात तुटलेला हात पुन्हा खांद्यापासून जोडण्यात आला.

त्यानंतर काही महिन्यांनी हाताच्या चेतावाहिन्या जोडण्यात आल्या व पुढील दोन वर्षांत त्या मुलाला जोडलेला हात सर्व कामे करण्यासाठी वापरणे शक्य झाले. १९९३ साली जॉन बॉबिट या बाहेरख्याली इसमाच्या बायकोने संतापाच्या भरात त्याचे गुप्तेंद्रिय तोडून टाकले. डॉक्टरांनी ते परत योग्य जागी जोडले. बॉबिटला त्यानंतर ब्लू फिल्म्समध्ये प्रचंड मागणी आली.

वांझ स्त्रियांना वरदान ठरलेले IVF तंत्र पॅट्रिक स्टेप्टो व रॉबर्ट एडवर्डस या ब्रिटिश शास्त्रज्ञांनी विकसित केले. यामुळे अनेक नैतिक प्रश्न उभे राहिले. अनेक शास्त्रज्ञ (यात नोबेल विजेता जेम्स वॉटसन होता) व चर्चने या तंत्राचा धिक्कार केला. शरीराबाहेर बीजफलन (Fertilization) करणे वैद्यकीय नीतीनुसार योग्य आहे काय? शरीराबाहेर फलित झालेले बीज पुन्हा गर्भाशयात घालणे योग्य आहे काय? गर्भाशयात न घालण्यात आलेल्या फलित बीजांचे काय करायचे? ते नष्ट करावेत की पुन्हा वापरण्यासाठी गोठवून ठेवावे? या बीजांवर प्रयोग करणे कितपत नैतिक आहे? फलित बीजाचे संवर्धन दुसऱ्या स्त्रीच्या गर्भात झाल्यास त्या अर्भकाची 'मालकी' कोणाची? या प्रश्नांचा विचार करण्यासाठी ब्रिटनमध्ये वॉरमॉक समितीची स्थापना झाली. या चौकशीमुळे काहीही साध्य झाले नाही.

चर्चने या सर्वालाच विरोध केला. संवर्धन करणाऱ्या स्त्रीला (Surrogate mother) पैशाच्या रूपाने मोबदला देऊ नये असा कायदा करण्यात आला. १९९२ साली एका एकोणसाठ वर्षांच्या स्त्रीच्या गर्भाशयात तिच्या नवऱ्याच्या शुक्राणूंनी फलित केलेल्या दुसऱ्या स्त्रीचे बीज ठेवण्यात आले. यामुळे प्रचंड गदारोळ माजला. एका अमेरिकन डॉक्टरने स्वत:चे शुक्राणू वापरून डझनभर स्त्रियांना मातृत्व बहाल केले!

हाच प्रकार मूत्रपिंडरोपणाच्या संदर्भात झाला. विकसनशील देशांतील गरीब नागरिकांना पैशांच्या मोबदल्यात आपली मूत्रपिंडे रोपणासाठी देण्यास प्रवृत्त करण्यात आले. मूत्रपिंडाचा व्यापार चालू झाला. मानवी शरीर व इंद्रिये या विक्रीयोग्य वस्तू आहेत काय? मृत्यूनंतर या इंद्रियांवर कोणाचा मालकी हक्क आहे? मृत्यूनंतर आपली इंद्रिये रोपणासाठी द्यावीत असे मृत्युपत्र करून त्याचा आर्थिक मोबदला हयातीतच घेतल्यास काय करावे? अशा प्रकारचे अनेक प्रश्न समोर आले.

रोपण शल्यक्रिया शक्यतेच्या परिघात येण्यापूर्वी अनेक वैज्ञानिकांनी पन्नास वर्षे परिश्रम केले होते. आता शरीरातील अनेक असाध्य विकारग्रस्त इंद्रियांसाठी

रोपण शल्यक्रियेचा पर्याय उपलब्ध आहे. पन्नास वर्षांपूर्वी या असाध्य रोगींची परिणती मृत्यूत व्हायची. आज ते रुग्ण नॉर्मल जीवन जगू शकतात.

आपल्याला हव्या असणाऱ्या रंगरूपाचा माणूस 'टेस्ट ट्यूब'मध्ये जन्मास घालण्याचा चमत्कार वाटतो तितका अशक्य कोटीतील नाही. आल्डस हक्सले याच्या 'Brave New World' आणि इरा लेविन हिच्या 'Boys from Brazil' या कादंबऱ्यांत ही कल्पना मांडली आहे. १९९८ साली स्कॉटलंडमधील शास्त्रज्ञांनी क्लोनिंगच्या (Cloning) तंत्राने प्रतिरूप (Clone) मेंढी डॉली जन्मास घातली. जे न देखे रवी ते देखे कवी. आजची कविकल्पना उद्याचे शास्त्रीय सत्य असू शकते.

प्रकरण १०

पेनिसिलीनचा शोध : प्रतिजैविक युगाचा प्रारंभ

"In science credit goes to the man who convinces the world, not the man to whom the idea first occurs."

— Sir William Osler

टिंडालचे प्रतिपादन

विसाव्या शतकातील श्रेष्ठ ब्रिटिश वैज्ञानिक जॉन टिंडाल याने वातावरणातील सूक्ष्म जंतू समप्रमाणात सर्वत्र विखुरलेले नसून विशिष्ट जागी पुंजक्यांनी असतात हे प्रयोग करून सिद्ध केले. या प्रयोगासाठी वापरल्या जाणाऱ्या मांसयुक्त कढणाच्या (Broth) पृष्ठभागावर Penicillium नामक बुरशीने हातपाय पसरलेले टिंडालला आढळले. ब्रॉथच्या पृष्ठभागाचा रंग अतिशय मनमोहक आहे अशी त्याने नोंद केली. ज्या काढणात बुरशीचे जाड थर होते तेथील सूक्ष्म जंतू नष्ट झालेले त्याला आढळले. ही बुरशी Penicillium Notatum या प्रकारची होती. टिंडालचे हे निरीक्षण सुमारे १८७५ चे होते. त्यानंतर सात वर्षांनी रॉबर्ट कॉखने सूक्ष्म जंतूंमुळे रोग होतात हे शास्त्रीय पुराव्यांनी सिद्ध केले. बुरशीची जंतुनाशक क्षमता टिंडालच्या लक्षात येणे शक्य नव्हते. टिंडालच्या या निरीक्षणाला सत्तर वर्षांनी महत्त्व येणार होते. पण त्या वेळी टिंडालच्या शोधनिबंधाची दखल घेतली गेली नाही.

पेनिसिलीयम

१९२५ साली लीज (Leige) विद्यापीठातील डी. ए. ग्राटिया या शास्त्रज्ञाने अँथ्रॅक्सचे (Anthrax) सूक्ष्म जंतू पेनिसिलीयम बुरशीने नष्ट होतात हे सिद्ध केले. टिंडाल व ग्राटिया यांचे निबंध धूळ खात पडले. यानंतर जवळ जवळ अर्ध्या शतकाने व जंतुसंसर्गाने लक्षावधी लोक बळी गेल्यावर पेनिसिलीयम पुन्हा प्रकाशात आली.

या सुमारास उपदंश (Syphilis) या सांसर्गिक गुप्तरोगावर साल्वरसान (Salversan) या औषधाचा शोध लागला होता. पण इतर सांसर्गिक रोग आटोक्यात येण्यासाठी अंगभूत अभयतेवर (Natural Immunity) विसंबावे लागणे अपरिहार्य होते. यानंतर १९२८ साली पेनिसिलीयम बुरशीपासून मिळणाऱ्या प्रतिजैविकाचा (Antibiotic) शोध लागला. त्याला Penicillin असे नाव मिळाले.

अलेक्झांडर फ्लेमिंग

विद्यार्थिदशेत अलेक्झांडर फ्लेमिंग हा अत्यंत हुशार विद्यार्थी होता. अनेक पारितोषिके व पदके त्याच्या खात्यावर जमा होती. लंडन युनिव्हर्सिटीची शिष्यवृत्ती मिळवून फ्लेमिंगने आपले शिक्षण पूर्ण केले व तो वैद्यकीय शिक्षणासाठी सेंट मेरी रुग्णालयात दाखल झाला. या प्रतिभावंत विद्यार्थ्याचे व्यक्तिमत्त्व अत्यंत सामान्य दर्जाचे होते. तो उंचीने बुटका होता व त्याची शरीरयष्टी काटकुळी होती. स्वभावाने तो मितभाषी व बुजरा होता.

सेंट मेरी रुग्णालयातून १९०६ साली त्याने वैद्यकीय पदवी मिळवली. त्या वेळी त्याचे वय पंचवीस होते. त्याच रुग्णालयातील इनॉक्युलेशन (Inoculation) विभागात सहायक म्हणून तो कामास लागला. १९५५ साली निवृत्त होईपर्यंत जवळ जवळ पन्नास वर्षे तो याच विभागात त्याच पदावर राहिला.

सर आल्मरॉथ राईट

इनॉक्युलेशन विभागाचे प्रमुख आल्मरॉथ राईट हे ब्रिटिश वैद्यकीय जगतातील एक बडे प्रस्थ होते. राईट स्वभावाने गविष्ठ, उर्मट आणि फटकळ होता. तो उत्कृष्ट वक्ता होता व त्याचे व्यक्तिमत्त्व दुसऱ्यावर छाप पाडणारे होते. प्रसिद्ध नाटककार जॉर्ज बर्नाड शॉ याने आपल्या 'Doctor's Dilemma' या नाटकातील एक पात्र राईटवर बेतले होते. प्रमुख राईट व सहायक फ्लेमिंग या दोघांत जमीन-अस्मानाचा फरक होता.

निवृत्तिकाळातील फ्लेमिंग

निवृत्तीनंतर फ्लेमिंगच्या स्वभावात आमूलाग्र बदल झाला. तो चेल्सी आर्ट क्लबचा सभासद झाला व तिथे त्याची अनेक कलाकारांशी ओळख झाली. त्यातील बरेचसे फ्लेमिंगकडे उपदंशावर इलाज करून घेण्यासाठी येत असत. तोपर्यंत फ्लेमिंगची 'उपदंशतज्ज्ञ' म्हणून सर्वत्र ख्याती झाली होती. साल्वरसानची इंजेक्शन्स तो रुग्णांना देई. यातून त्याने बरीच माया जमवली.

लंडनमधील चेल्सी या श्रीमंत वस्तीत त्याचे स्वत:चे घर होते. शिवाय सफोक परगण्यात त्याचे एक मोठे फार्महाऊस होते. तिथे मोठा बगिचा व मासेमारीसाठी तलाव होता. फार्महाऊसच्या शेतात त्याने अनेक भाज्या व फळझाडे लावली होती. त्याला खाण्याची व मित्रांना मेजवान्या देण्याची आवड होती.

संशोधक फ्लेमिंग

सेंट मेरी रुग्णालयातील एका इमारतीच्या दुसऱ्या मजल्यावर फ्लेमिंगची दहा बाय बाराची प्रयोगशाळा होती. त्याला सूक्ष्मजंतूंचे — विशेषत: स्टॅफिलोकॉकाय (Staphylococci) — संवर्धन करण्याची आवड होती. चपट्या गोलाकार पेट्री डिशमध्ये (Petri Dish) तो सूक्ष्मजंतूंचे संवर्धन (Culture) करीत असे. एके दिवशी स्टॅफिलोकॉकायचे संवर्धन करण्यासाठी त्याने एक पेट्री डिश काही सेकंदांकरिता उघडली असता नेमक्या त्याच वेळी प्रयोगशाळेतील हवेत तरंगणाऱ्या पेनिसिलीयम बुरशीच्या लक्षावधी बीजकणांपैकी (Spores) काही त्या पेट्री डिशमध्ये पडले व एका रंजक नाटकाची सुरुवात झाली. पृथ्वीतलावरील अगणित रुग्णांना जीवदान देणारे व प्रतिजैविकांचे युग सुरू करणाऱ्या आद्य प्रतिजैविकाची गर्भावस्था सुरू झाली आणि 'अरेबिअन नाइट्स' या पुस्तकातील घटनांना मागे टाकणाऱ्या सुरस आणि चमत्कारिक घटना घडू लागल्या.

योगायोगांची मालिका

वास्तविक पाहता फ्लेमिंगच्या प्रयोगशाळेत पेनिसिलीयमचे बीजकण असण्याची शक्यता नगण्य होती. पण त्याच सुमारास इमारतीच्या पहिल्या मजल्यावरील प्रयोगशाळेत आयरिश संशोधक सीजे लाटुश पेनिसिलीयम बुरशीवर संशोधन करत होता. प्रयोगशाळांच्या खिडक्या बाहेरील आवाज व गोंगाट टाळण्यासाठी कायम बंद असत. पण आतील दरवाजे ये-जा करण्यासाठी उघडे असत. लाटुशच्या प्रयोगशाळेतील बुरशीचे बीजकण म्हणूनच खिडकीतून आत

येणे अशक्य होते. पण काही बीजकण उघड्या दरवाजातून बाहेर पडून जिन्याच्या बाजूने व लिफ्टमधून प्रवास करून वर येऊन फ्लेमिंगच्या खोलीत येणे सहज शक्य होते. बहुधा तसेच घडले असावे आणि फ्लेमिंगच्या खोलीतील वातावरणात बीजकणांनी प्रवेश केला असावा. या पहिल्या योगायोगानंतर त्यातील काही बीजकण संवर्धकाच्या पेट्री डिशमध्ये नेमके पडले हा दुसरा योगायोग!

याच सुमारास लंडनमधील तापमान बरेच वाढले होते. (हा तिसरा योगायोग). फ्लेमिंग दोन आठवड्यांची सुट्टी घेऊन लंडनबाहेर जाणार होता. प्रयोगशाळेतील खिडकीजवळ असलेल्या बाकावर (work bench) पेट्री डिश ठेवण्याची त्याची पद्धत होती. सुट्टीवरून परतल्यावर पेट्री डिश इन्क्युबेटरमध्ये (Incubator) ठेवावी असे त्याने ठरवले.

इन्क्युबेटरमधील तापमान मानवी शरीराच्या तापमानाएवढे होते व या तापमानात सूक्ष्मजंतूंची वाढ अतिशय वेगाने चोवीस तासात होते. याउलट पेट्री डिश इन्क्युबेटरच्या बाहेर खोलीतील तापमानात ठेवल्यास जंतूंची वाढ हळूहळू होईल व पंधरवड्यानंतर डिश इन्क्युबेटरमध्ये ठेवून सूक्ष्मजंतूंची वाढ जलद गतीने होईल असा फ्लेमिंगचा अंदाज होता.

पेनिसिलीयमचा प्रताप

फ्लेमिंगचा अंदाज फक्त सूक्ष्मजंतूसंबंधीचा होता. तो योग्य होता. पण पेनिसिलीयम बुरशीची वाढ खोलीतील तापमानातही पूर्ण होऊ शकते याचा अंदाज फ्लेमिंगला येणे शक्य नव्हते. कारण तो सूक्ष्मजीवतज्ज्ञ (Bacteriologist) होता, बुरशीतज्ज्ञ (Mycologist) नव्हता!

इन्क्युबेटरमधील 38°C या तापमानात बुरशीची वाढ होत नाही हे फ्लोमिंगला अनुभवाने कळले होते. सुट्टीवर जाणार असल्याकारणाने फ्लेमिंगने प्रयोग थांबवले. तो त्या वेळी सुट्टीवर गेला नसता तर त्याने पेट्री डिश नित्याप्रमाणे इन्क्युबेटरमध्येच ठेवली असती. फ्लेमिंगचे त्याच वेळी सुट्टीवर जाणे हादेखील एक योगायोग होता. पेट्री डिश इन्क्युबेटरमध्ये ठेवली असती तर त्याला सूक्ष्मजंतूंच्या वसाहती (colonies) दुसऱ्याच दिवशी मिळाल्या असत्या आणि त्यांत पेनिसिलीयमचे बीजकण शिरण्याचा प्रसंगच उद्‌भवला नसता आणि पेनिसिलीनचा शोधही लागला नसता. फ्लेमिंगचे सुट्टीवर जाणे ही घटनादेखील योगायोगाने घडली होती.

त्या वर्षी लंडनमधील तापमान बरेच वाढले व त्याने इन्क्युबेटरमधील तापमानाची पातळी गाठली, या तापमानात पेनिसिलीयमची वाढ होणे अशक्य

होते. आता आणखी एक योगायोग झाला. ज्या दिवशी फ्लेमिंगने पेट्री डिशचे झाकण उघडले व त्यात बीजकणांचा शिरकाव झाला त्याच दिवशी लंडनमधील तापमानात घसरण होऊन त्या तापमानात पेनिसिलीयमची वाढ सुखेनैव झाली. पेनिसिलीनच्या शोधात हा योगायोग निर्णायक ठरला!

पंधरा दिवसांच्या सुट्टीवरून फ्लेमिंग परतला तेव्हा त्याला पेट्री डिशमध्ये पेनिसिलीयमची भरगच्च वाढ झालेली दिसली. संवर्धकातील ज्या भागात बुरशीची वाढ झाली होती त्याच्या नजीकच्या भागात स्टॅफिलोकॉकायच्या वसाहती लुप्त झाल्या होत्या. पण बुरशीपासून काही अंतरावर असणाऱ्या भागात वसाहतींचे जाळे पसरलेले फ्लेमिंगला आढळले. या परिस्थितीत संवर्धक दूषित (contaminated) झाले आहे असा संशय येणे साहजिक होते. फ्लेमिंगच्या कसलेल्या नजरेला हा एक महत्त्वाचा शोध आहे हे कळण्यास वेळ लागला नाही. यानेच फ्लेमिंगचे द्रष्टेपण सिद्ध झाले.

सुट्टीवरून परतल्यावर या 'अपघाताचा' छडा लावण्याचा निश्चय त्याने केला. पेनिसिलीयम बुरशीपासून निर्माण झालेल्या कोणत्यातरी अज्ञात घटकाने स्टॅफिलोकॉकाय वसाहतींचा निकाल लावला आहे हे समजल्यावर फ्लेमिंगने या घटकाचे 'पेनिसिलीन' असे नामकरण केले.

पेनिसिलीन

हा घटक द्रवणशील (soluble) असून तो सूक्ष्म जंतूंच्या चाळणीतून (Filtred) जाऊ शकतो, तो संवर्धकात संथपणे साठतो व बुरशीची पूर्ण वाढ झाल्यावर एका आठवड्याने त्याच्या प्रमाणात कमालीची वाढ होते हे फ्लेमिंगला समजले.

पेनिसिलीनचा प्रभाव न्यूमो, स्ट्रेप्टो, गोनो आणि मेनिंगोकॉकाय या सूक्ष्म-जंतूंवरही पडतो हे फ्लेमिंगला प्रयोगांती कळले. पण क्षयरोग, विषमज्वर व इन्फ्लूएन्झा हे सूक्ष्मजंतू पेनिसिलीनला दाद देत नाहीत हेदेखील समजले. आश्चर्याची गोष्ट ही की उपदंशतज्ज्ञ फ्लेमिंगने उपदंशाच्या सूक्ष्मजंतूंचा प्रयोगात अंर्तभाग केला नाही. तो जर त्याने केला असता तर उपदंशावर पेनिसिलीन हे साल्वरसानपेक्षाही प्रभावी औषध आहे हे त्याला कळले असते.

यानंतर फ्लेमिंगने इतर प्रकारच्या पेनिसिलीयम बुरशींचा वापर केला पण अपेक्षित असणारा परिणाम त्याला दिसला नाही. त्यामुळे हे कर्तृत्व फक्त पेनिसिलीयम नोटेटम या बुरशीचेच आहे याची फ्लेमिंगला खात्री पटली.

आता पेनिसिलीनच्या दुष्परिणामांकडे फ्लेमिंगने आपले लक्ष वळवले. त्यासाठी स्थानिक जंतुसंसर्ग (Local infection) झालेल्या रुग्णांत त्याने पेनिसिलीन वापरले. त्याचे कोणतेही दुष्परिणाम त्याला दिसले नाहीत. प्राण्यांमध्ये प्रथम प्रयोग केल्याशिवाय रुग्णांवर प्रयोग करणे शास्त्रीय संकेतानुसार नाही. आज असे करणे शक्य झाले नसते.

१९२९ साली फ्लेमिंगने आपला शोधनिबंध प्रकाशित केला. त्यानंतर फ्लेमिंगने संशोधन बासनात गुंडाळून ठेवले. त्याचा पाठपुरावा केला नाही. पेनिसिलीनचा उपयोग फक्त स्थानिक विकारांसाठी होतो अशी त्याची समजूत झाली असावी. शिवाय विभाग प्रमुख आल्मरॉथ राईट हा कोणतेही रसायन (Chemical) शरीरातील जंतुसंसर्गाविरुद्ध वापरायच्या विरुद्ध होता. उपदंशासाठी पेनिसिलीनचा उपयोग करावा ही संकल्पना फ्लेमिंगला शिवली नाही. फ्लेमिंगच्या विचारशक्तीची ही मर्यादा म्हणावी लागेल. पेनिसिलीनचा उपयोग करणे एका तपाने लांबले. फ्लेमिंगने आपले पेनिसिलीनवरील संशोधन थांबवले.

संशोधनातील अडचणी

यातील गोम अशी होती की नैसर्गिक स्वरूपातील पेनिसिलीन अस्थिर (unstable) असते. बुरशीपासून शुद्ध व स्थिर स्वरूपात ते मिळवणे (Extraction — अर्कीकरण) कठीण असते. फ्लेमिंगला ते जमले नाही. खरे पाहू जाता हे काम जीवरसायनतज्ज्ञाचे (Biochemist) आहे. पण आल्मरॉथ राईटने जीवरसायनतज्ज्ञाच्या नेमणुकीस विरोध केला. पेनिसिलीनच्या शोधात योगा-योगांची मालिका होती, पण शोध लागण्यास विलंब झाला याला काही अंशी फ्लेमिंगच्या मर्यादा आणि आल्मरॉथ राईटचा अडेलतट्टूपणा ही कारणे होती. फ्लेमिंगने पेनिसिलीन संशोधनाला सोडचिठ्ठी दिली व तो आपल्या पूर्वीच्या Lysozyme या वितंचकाच्या संशोधनात गर्क झाला.

दुसरा अध्याय

पैन नावाच्या एका सूक्ष्मजीवतज्ज्ञाने फ्लेमिंगचा शोधनिबंध वाचला व त्याच्याकडून पेनिसिलीयमचे कढण मिळवले. त्याचा वापर त्याने चार लहान मुले व एक प्रौढ यांच्या जंतुसंसर्ग झालेल्या डोळ्यांसाठी केला. सर्वांचे डोळे विकारमुक्त झाले. डॉ. पैनने या कढणाला Mold Juice असे नाव दिले. आपल्या या

प्रयोगाची माहिती त्याने शेफील्ड युनिव्हर्सिटीतील विकृतिशास्त्राचा प्राध्यापक होवार्ड फ्लोरी याला कळवली. फ्लोरीने या प्रयोगाकडे दुर्लक्ष केले!

लंडनमधील 'School of Tropical Medicine and Hygiene' या संस्थेचा प्रमुख हॅरॉल्ड रेनस्ट्रिक याने पेनिसिलीनच्या संशोधनाची दखल घेऊन १९३१ साली पेनिसिलीयमपासून निर्माण होणाऱ्या रसायनांचे संशोधन करण्याचे ठरवले व फ्लेमिंगकडे बुरशीची मागणी केली. फ्लेमिंगने बुरशी तत्काळ त्याच्याकडे पाठवली. रेनस्ट्रिकने ती एका अमेरिकन तज्ज्ञाकडे रवाना केली. त्या तज्ज्ञाने जंतुनाशक क्षमता फक्त त्याच बुरशीत आहे; इतर प्रकारच्या पेनिसिलीयम बुरशीत नाही असे ठामपणे सांगितले.

लंडनमधील काही शास्त्रज्ञांनी अधिक क्षमतेचे पेनिसिलीन मिळवण्यासाठी इथरमध्ये विरघळलेले पेनिसिलीन तापवण्याचा प्रयोग केला. त्याचा परिणाम उलटा होऊन पेनिसिलीन पूर्णत: निष्क्रिय झालेले लक्षात आल्यावर प्रयोग थांबले.

१९३५ साली अमेरिकन शास्त्रज्ञ आर. डी. रीड याने पेनिसिलीनवर प्रयोग केले. पेनिसिलीनमुळे सूक्ष्मजंतू नष्ट होत नाहीत तर त्यांची वाढ थांबते हे त्याला कळले. हा शोध महत्त्वाचा होता. याच वर्षी जर्मन शास्त्रज्ञ डॉमॅगने सल्फा औषधाचा (Prontosil) शोध लावला. प्रोंटोसिल या रसायनामुळे स्ट्रेप्टोकॉकाय मरतात हे त्याने सिद्ध करून सूक्ष्मजंतूंचा शरीरास संसर्ग झाल्यास व हे रसायन शरीरात घातल्यास संसर्ग नष्ट होतो हे सिद्ध केले. तेव्हापासून अंतर्गत विकारांसाठी रसायनाचा उपयोग करावा ही विचारसरणी जोर धरू लागली. आल्मरॉथ राईट यांची रसायने न वापरण्याची भूमिका अस्तंगत झाली. ऑक्सफर्ड विद्यापीठातील प्रोफेसर जॉर्ज ड्रेयर याने पेनिसिलीन हे रसायन नसून तो एक जिवंत विषाणू आहे असे प्रतिपादन मांडले. पण आपले प्रतिपादन चुकीचे आहे हे ध्यानात आल्यावर फ्लेमिंगकडून मिळवलेले पेनिसिलीयमचे संवर्धक त्याने आपली सहकारी कॅम्पबेल रेंडन हिच्याकडे सोपवले. तिने त्या मूळ बुरशीचे संवर्धन होत राहील याची काळजी घेतली.

होवार्ड फ्लोरी

ड्रेयरनंतर ऑक्सफर्ड विद्यापीठात विकृतिशास्त्राचा प्राध्यापक म्हणून होवार्ड फ्लोरी या सदतीस वर्षीय ऑस्ट्रेलियन संशोधकाची नेमणूक झाली आणि पेनिसिलीन संशोधनातील अंतिम अध्याय सुरू झाला.

फ्लोरीने आल्याआल्याच ऑक्सफर्डमधील वातावरण बदलून टाकले. त्याचा स्वभाव थोडासा विनोदी होता. हाती घेतलेले काम तो चिकाटीने व एकनिष्ठेने करी. आपल्या सहकाऱ्यांना बरोबर घेऊन, त्यांची खात्री पटवून कारभार करण्यावर त्याची भिस्त होती. त्याच्यात नेतृत्वगुण होते. इतरांना न आवडलेले पण स्वत:ला पटलेले निर्णय घेण्यास तो का-कू करत नसे. उत्कृष्ट शासकाचे गुण त्याच्याकडे होते.

होवार्ड फ्लोरीने दोन विवाह केले. त्याच्या दोन्ही पत्नींनी पेनिसिलीन संशोधनात महत्त्वाच्या भूमिका बजावल्या. फ्लोरीची पहिली पत्नी मेरी एथिल फ्लोरी (नंतरची लेडी फ्लोरी) ही फिजीशिअन होती. जंतुसंसर्ग झालेल्या दुखापतींसाठी तिने पेनिसिलीनचा १७२ रुग्णांवर इलाज केला. १९६६ साली मेरीचा अंत झाला. त्यानंतर आठ महिन्यांत फ्लोरी आपली सहकारी मार्गारेट जेनिंग्ज हिच्याशी विवाहबद्ध झाला. १९४०च्या फ्लोरीच्या शोधनिबंधात तिचाही सहभाग होता.

अर्न्स्ट चेन

फ्लोरीच्या सहकाऱ्यांत अर्न्स्ट बॉरीस चेन या जर्मन ज्यू रसायनतज्ज्ञाचा समावेश होता. त्याने इंग्लंडला स्थलांतर केले होते. तो केंब्रिज विद्यापीठात होता व तेथून ऑस्ट्रेलियाला जाण्याच्या तयारीत होता. फ्लोरीच्या आग्रहावरून तो ऑक्सफर्ड विद्यापीठात आला.

जुने शोधनिबंध धुंडाळत असता चेनच्या हाती फ्लेमिंगचा शोधनिबंध लागला. त्याची व कॅम्पबेल रेंडनची एके दिवशी व्हरांड्यात गाठ पडली. ती फ्लेमिंगने पाठवलेले व जॉर्ज ड्रेयरने दिलेले मूळ बुरशीचे संवर्धक घेऊन चालली होती. पेनिसिलीयम बुरशी तिच्याकडे आहे हे समजल्यावर चेन हर्षभरित झाला. त्या बुरशीमधील पेनिसिलीनची रासायनिक व जैविक वैशिष्ट्ये अज्ञात होती. यात अधिक संशोधनाला वाव आहे हे चेनला समजले. त्याने हा विषय फ्लोरीकडे काढला. फ्लोरीलाही आता या विषयाचे महत्त्व पटले.

पण संशोधनाला लागणारा पैसा कसा मिळणार हा यक्ष प्रश्न होता. ब्रिटिश मेडिकल कौन्सिलने आर्थिक मदत देण्यास असमर्थता दर्शवली व फ्लोरीने रॉकफेलर फाउंडेशनकडे धाव घेतली. फाउंडेशनला चिकित्सात्मक चाचण्या (Clinical trials) घेण्यात रस नव्हता पण रासायनिक संशोधन-प्रकल्प हवे होते.

चेनची कॅम्पबेल रेंडनशी झालेली भेट वैद्यकीय इतिहासात चिरंजीव झाली. 'आम्ही पेनिसिलीनवर लक्ष केंद्रित केले कारण आमच्याकडे त्या वेळी पेनिसिलीयमचे मूळ संवर्धक होते' असे चेन म्हणत असे. पण चेन फ्लोरी किंवा कॅम्पबेल रेंडन यांना पेनिसिलीन इतिहास घडवणार आहे याची सुतराम कल्पना नव्हती.

पेनिसिलीनचा पाठलाग

फ्लोरीच्या सहकाऱ्यांत मार्गारेट जेनिंग्जचा समावेश होता. पूर्ण वाढ झालेल्या सूक्ष्मजंतूंवर पेनिसिलीनचा प्रभाव पडला नाही. पेनिसिलीनमुळे सूक्ष्मजंतूंची वाढ खुंटते असे तिचे निरीक्षण होते. अमेरिकन शास्त्रज्ञ रीड याने हा निष्कर्ष १९३५ साली काढला होता. त्याला जेनिंग्जने पुष्टी दिली.

पेनिसिलीनच्या संशोधनकार्यात नॉर्मन हीटले या अत्यंत भिडस्त स्वभावाच्या सूक्ष्मतंत्रज्ञान (Microtechnique) तज्ज्ञाचा समावेश होता. बुरशीमध्ये पेनिसिलीनचे प्रमाण कितपत आहे हे निश्चित करण्याचे तंत्र त्याने शोधून काढले. पेनिसिलीनच्या क्षमतेचा एकांक (unit) नॉर्मन हीटलेने निश्चित केला.

संशोधनाच्या प्रारंभीच्या काळातच चेनला पेनिसिलीन हा वितंचक (Enzyme) नसून रेणू (Nolecule) आहे असे समजले. यामुळे निराश होऊन तो संशोधनकार्य थांबवणार होता. पण पेनिसिलीनच्या अस्थिरतेने (Instability) त्याला भंडावले होते. पेनिसिलीनचे द्रावण गोठवून (Freeze dry) त्याचे तापमान कमी केल्यास पेनिसिलीन स्थिर (stable) स्वरूपात मिळते व त्याचे स्वरूपही विशुद्ध असते. अलेक्झांडर फ्लेमिंगने ज्या समस्येपुढे हात टेकले होते त्या समस्येवरील उपाय अर्न्स्ट चेनला सापडला होता. बुरशीपासून पेनिसिलीनचा शुद्ध अर्क ऑक्सफर्डमधील संशोधकांना मिळाला होता. अर्न्स्ट चेनने तपकिरी रंगाची पेनिसिलीनची भुकटी तयार केली. ही भुकटी सल्फा औषधापेक्षा प्रभावी होती.

प्राण्यांवरील चाचण्या

यानंतर उंदरांना पेनिसिलीनच्या मोठ्या मात्रा टोचण्यात आल्या. त्यांच्यात कोणतेही दुष्परिणाम शास्त्रज्ञांच्या निदर्शनास आले नाहीत. यावरून पेनिसिलीन हे रसायन शरीरास धोकादायक नाही असे ठरवण्यात आले. (पेनिसिलीनचे माणसातील दुष्परिणाम नंतर ध्यानात आले व पेनिसिलीनच्या वापरावर मर्यादा आल्या.) चेनच्या प्राण्यांवरील प्रयोगांची पुनरावृत्ती करून खुंटा बळकट केला

गेला. पेनिसिलीनमुळे लघवीला तपकिरी रंग येतो हे दिसल्यावर शरीरात टोचल्यावर ते सर्वत्र पसरते व जलय उतींत सहजपणे प्रवेश करते हे समजले. आता माणसांवर प्रयोग करण्याची वेळ जवळ येत होती.

पण त्याअगोदर पेनिसिलीनची जंतुनाशक क्षमता प्राण्यांत सिद्ध करणे आवश्यक होते. (फ्लेमिंगने हे केले नव्हते.) होवार्ड फ्लोरीने आठ सफेद उदरांवर प्रयोग केले. प्रथम उंदरांना स्ट्रेप्टोकॉकाय जंतूच्या प्राणघातक मात्रा टोचण्यात आल्या. त्यातील चार उंदरांना पेनिसिलीन टोचण्यात आले. पेनिसिलीन टोचलेले उंदीर जगले. इतर चार मृत्युमुखी पडले. या प्रयोगाने पेनिसिलीनची जंतुनाशक क्षमता निश्चित झाली.

हे प्रयोग यशस्वी होऊनही फ्लोरीने संशोधनाचा प्राथमिक अहवाल (Pilot Studies) तीन महिन्यांपर्यंत प्रसिद्ध केला नाही. त्याने आतापर्यंत झालेल्या सर्व चाचण्यांची पुनरावृत्ती केली. या ऐतिहासिक प्रयोगांनी उंदरांमध्ये पेनिसिलीन हे अत्यंत प्रभावी ठरणारे प्रतिजैविक आहे याची निश्चिती झाली. शेवटी २४ ऑगस्ट १९४० रोजी चाचण्यांचे निकाल जाहीर करण्यात आले.

दुसरे महायुद्ध

'लॅन्सेट' या ब्रिटिश वैद्यकीय साप्ताहिकाने फ्लोरी, चेन व हीटले यांच्या शोधनिबंधाला अग्रक्रम दिला. दुसरे महायुद्ध ऐन भरात आले असताना जर्मनीने ब्रिटनला नमवण्यासाठी ब्रिटनवर दररात्री बेफाम बॉम्बहल्ले केले आणि यानंतर लगेच ब्रिटनवर सागरी हल्ला चढवण्याची घोषणा केली. पेनिसिलीनसारखे प्रभावी औषध जर्मनांच्या हाती पडू नये या उद्देशाने फ्लोरी, चेन, हीटले व जेनिंग्ज यांनी आपल्या कोटांच्या आतील अस्तरास बुरशीचे संवर्धक फासून अमेरिकेला पलायन करायचे ठरवले. पण नशिबाने ती पाळी आली नाही.

पेनिसिलीनचा वापर युद्धातील जखमी सैनिकांसाठी करण्याचा फ्लोरीने निश्चय केला. पण तिथेच घोडे अडले. रॉकफेलर फाउंडेशनचे आर्थिक साहाय्य फक्त जीवरासायनिक संशोधनकार्यासाठी होते. तशी कबुली फ्लोरीने फाउंडेशनला अगोदरच दिली होती. पण पेनिसिलीनचे प्रयोग माणसांवर करणे जरुरीचे होते. शिवाय प्रयोग यशस्वी झाल्यास औषधाची निर्मिती प्रचंड प्रमाणात करावी लागणार होती.

माणसांवरील प्रयोग

फ्लोरीने पेनिसिलीनचा पहिला प्रयोग शेवटच्या अवस्थेत असणाऱ्या एका कॅन्सरग्रस्त रुग्णावर केला. त्याने त्याला नीलेतून (vein) सलाइनमध्ये मिसळून पेनिसिलीन हळूहळू दिले. रुग्णाला ताबडतोब थंडी वाजून हुडहुडी भरून ताप आला. याचा अर्थ सलाईनमध्ये ज्वरकारक असा विषारी पदार्थ आला होता. चेन व अब्राहाम यांनी हा पदार्थ काढून टाकला.

यानंतर जखमी सैनिकांवर पेनिसिलीनचा उपयोग करण्याचे फ्लोरीने ठरवले. पेनिसिलीनच्या निर्मितीसाठी त्याने युनिव्हर्सिटीच्या परिसरातच पेनिसिलीनचे उत्पादन करण्यासाठी कारखाना उभारला. हे कृत्य सरळ सरळ अवैध होते. युनिव्हर्सिटीचे काम शैक्षणिक होते. उत्पादन करणे हे नव्हते. पण फ्लोरीने आपला निश्चय बदलला नाही व पेनिसिलीनची निर्मिती युनिव्हर्सिटीच्या प्रांगणात होऊ लागली.

पेनिसिलीनची निर्मिती

पेनिसिलीनच्या उत्पादनातील मोठी अडचण ही होती की बुरशीच्या संवर्धकाचा पेनिसिलीन मिळवण्यासाठी एकदा वापर केला की ते संवर्धक संपून जात असे. म्हणून संवर्धक दीर्घकाळ टिकणे अत्यंत जरूर होते. नॉर्मन हीटलेने यावर तोडगा काढला व एकाच संवर्धकातून बारा नमुने मिळवले. कालांतराने त्याने ही प्रक्रिया स्वयंचलित (Automatic) केली व संवर्धकाचे अधिक नमुने मिळवणे शक्य झाले. पेनिसिलीन स्थिर व विशुद्ध स्वरूपात मिळवण्यासाठी द्रावणाचे तापमान पाणी गोठण्याच्या तापमानाच्याही खाली आणावे लागे. ते द्रावण नंतर बाटल्यांत भरले जाई. यासाठी बाटल्या एकापाठून एक अशा तऱ्हेने ढकलल्या जात. यासाठी कर्मचाऱ्यांची गरज भासे. ब्रिटनमधील बहुतांश तरुण युद्धासाठी गेल्यामुळे फ्लोरीने यासाठी स्त्रियांना कामाला लावले. ब्रिटनच्या इतिहासात प्रथमच स्त्रिया कारखान्यात काम करू लागल्या. या स्त्रिया 'Penicillin Girls' म्हणून प्रसिद्ध झाल्या.

गोलाकार बाटल्यांऐवजी लंबाकार (oblong) बशा वापरण्याची शक्कल नॉर्मन हीटलेने काढली. पण ब्रिटनमधील उत्पादकांना पुढील सहा महिने या उत्पादनासाठी सवड नव्हती व त्यांनी अव्वाच्या सव्वा रक्कमेची मागणी केली. युनिव्हर्सिटीला एवढा खर्च झेपणे शक्य नव्हते. फ्लोरीने एका लहान उद्योजकाचा पत्ता मिळवला. त्याने सांगितलेला खर्चाचा आकडा युनिव्हर्सिटीच्या आवाक्यातला होता. काही

आठवड्यातच लंबाकार बशांचे उत्पादन सुरू झाले.

ऑक्सफर्ड युनिव्हर्सिटीच्या आवारात शवचिकित्सा करण्यासाठी एक मोठी जागा होती. तिथे ऱ्हायनेसेरॉस व हत्ती या महाकाय प्राण्यांची शवचिकित्सा होत असे. फ्लोरीने ही जागा ताब्यात घेतली व तिचे पेनिसिलीन फॅक्टरीत रूपांतर केले.

आल्बर्ट अलेक्झांडर

एव्हाना पेनिसिलीनच्या Clinical Trials वेगाने चालू झाल्या. आपल्या विभागातील प्रत्येक कर्मचाऱ्याला फ्लोरीने पेनिसिलीन टोचले. कोणालाही कसल्याही प्रकारचा उपद्रव झाला नाही.

याच सुमारास फ्लोरीकडे आल्बर्ट अलेक्झांडर नामक त्रेचाळीस वर्षांचा पोलीस दलातील एक कॉन्स्टेबल विषरक्ततेची (septicemia) लक्षणे घेऊन उपचारांसाठी आला. १९४० च्या सप्टेंबरात घराजवळील बागेत झाडांची कटाई करताना अलेक्झांडरच्या चेहऱ्याला एक काटा टोचला. त्या जखमेत जंतुसंसर्ग होऊन अलेक्झांडरला विषरक्तता झाली. जखम डोळे व डोक्याकडे पसरली होती. प्रथम त्याला सल्फा औषधे देण्यात आली. त्याचा उपयोग झाला नाही. उलट त्याच्या चेहऱ्यावर सल्फामुळे पुरळ उमटली. त्याचा संसर्ग झालेला डोळा शल्यक्रिया करून काढावा लागला. त्या पुढील आठवड्यात त्याचा खांदा व फुप्फुसे विकारग्रस्त झाली. त्याची प्रकृती अधिक बिघडली व परिस्थिती चिंताजनक झाली. चेहरा, डोके, दंड आणि डोळे या भागांत पू साठला आणि त्याच्या खोकल्यातून पू आणि रक्त जाऊ लागले.

आता त्याला २०० मिलीग्रॅम मात्रा प्रथम व नंतर १०० मिलीग्रॅम मात्रा दर तीन तासांनी देण्यात आली. चोवीस तासांत रुग्णाच्या प्रकृतीत लक्षणीय सुधारणा झाली. १०० मिलीग्रॅमच्या आठ मात्रांनंतर त्याच्या चेहरा, डोके व डोळा यांच्यातून बाहेर येणारा पू बंद झाला. त्याचे तापमान नॉर्मल झाले आणि त्याला खायची इच्छा होऊ लागली. पेनिसिलीनच्या प्रत्येक मात्रेनंतर त्याची लघवी भांड्यात गोळा करण्यात आली व मिळालेले पेनिसिलीन रुग्णाला परत टोचण्यात येत असे.

दर दिवशी चेन व फ्लोरी रुग्णाच्या प्रकृतीकडे डोळे लावून बसलेले असत. अर्न्स्ट चेनने फक्त नाचायचे बाकी ठेवले. फ्लोरीची प्रतिक्रिया संयमित होती. 'This is the sort of thing that only happens to you once in a life.' एवढेच तो म्हणाला.

दुर्दैवाने याच वेळी पेनिसिलीनचा साठा संपत आला व अलेक्झांडरला पेनिसिलीन देणे बंद करावे लागले. पुढील दहा दिवस त्याची प्रकृती स्थिर राहिली आणि त्यानंतर ती उतरणीला लागली. आता पेनिसिलीनचा साठा पूर्णपणे संपला होता व रुग्णाला इंजेक्शनचा दुसरा कोर्स देणे शक्य नव्हते. फ्लोरी व त्याचे सहकारी असहायपणे रुग्णाकडे पाहत होते. शेवटी आल्बर्ट अलेक्झांडर मरण पावला. तेव्हापासून पेनिसिलीनचा भरपूर साठा उपलब्ध असल्याशिवाय उपचार सुरू करायचे नाहीत असे फ्लोरीने ठरवले.

या अडचणीवर मात करण्यासाठी फ्लोरीने लहान मुलांत चाचण्या करण्याचे ठरवले. चार लहान मुले व एक प्रौढ बुटका इसम यांचा त्याने प्रयोगांत समावेश केला. त्यांना पेनिसिलीनच्या छोट्या मात्रा पुरेशा होत्या. सर्व रुग्ण पूर्णपणे सुधारले.

पेनिसिलीनचे पेटंट

पेनिसिलीनच्या चाचण्या यशस्वी होत आहेत हे समजल्यावर अर्न्स्ट चेनने पेनिसिलीनचे पेटंट घेण्याची सूचना फ्लोरीला केली. नैतिकतेच्या भूमिकेवरून फ्लोरीने नकार दिला. दोघांत यामुळे वाद झाला. पण फ्लोरी आपल्या निर्णयावर ठाम राहिला. आपण जर पेटंट घेतले नाही तर दुसरे संशोधक ते मिळवतील व त्यांना पैसे द्यावे लागतील असा चेनचा युक्तिवाद होता. भविष्यात तेच घडणार होते.

संशोधनाचे श्रेय

ऑक्सफर्ड येथील यशस्वी प्रयोग चालू असता सर आल्मरॉथ राईट यांनी लंडनच्या 'टाइम्स' या वृत्तपत्रास पत्र लिहून अलेक्झांडर फ्लेमिंगला पेनिसिलीनच्या शोधाचे संपूर्ण श्रेय बहाल केले. 'टाइम्स'मध्ये राईटचे हे पत्र प्रसिद्ध झाल्यावर फ्लेमिंग व फ्लोरी यांच्याकडे वार्ताहरांची झुंबड उडाली आणि एक चमत्कार झाला.

मितभाषी व प्रसिद्धिविन्मुख फ्लेमिंग आता प्रसिद्धीच्या घोड्यावर स्वार झाला तर फ्लोरी वार्ताहरांना टाळू लागला. यामुळे प्रत्येक वर्तमानपत्रात फ्लेमिंगचे नाव ठळकपणे झळकू लागले. फ्लोरीचा उल्लेख वर्तमानपत्रात क्वचित होई. वैद्यकीय नियतकालिकांनीही फ्लेमिंगला झुकते माप दिले. फ्लेमिंगने याचा भरपूर फायदा उठवला.

१९४१ साली ऑक्सफर्डमधील शास्त्रज्ञांचा शोधनिबंध प्रसिद्ध झाल्यावर फ्लेमिंगने ऑक्सफर्ड युनिव्हर्सिटीला भेट दिली. अर्न्स्ट चेनने त्याचे स्वागत केले व आपल्या विभागात होत असलेले प्रयोग व पेनिसिलीन फॅक्टरी दाखवली. फ्लेमिंगने या दीड-दोन तासांत तोंडातून एक चकार शब्दही काढला नाही. फ्लेमिंगला त्यातले काहीही समजले नाही असे उद्‌गार नंतर चेनने काढले!

पेनिसिलीनचे उत्पादन

यानंतर फ्लेमिंगने रुग्णावर उपचार करण्यासाठी फ्लोरीकडे पेनिसिलीनची मागणी केली. फ्लोरीने ती तत्काळ मान्य केली; पण या रुग्णांचा ऑक्सफर्ड चाचण्यांत समावेश करावा अशी अट घातली. शासनाने पेनिसिलीनचे उत्पादन मोठ्या प्रमाणात करावे असा सल्ला फ्लेमिंगने शासनाला दिला. तो शासनाने मान्य केला.

उत्पादनासाठी एकच मोठे केंद्र बांधणे शहाणपणाचे ठरले नसते. कारण जर्मन विमानांचा लंडनवरील अव्याहतपणे चाललेला बॉम्बहल्ला. म्हणून शासकीय पेनिसिलीन समितीने निरनिराळ्या जागी लहान केंद्रे बांधण्याचा निर्णय घेतला. यामुळे युद्धकाळातही ब्रिटनमध्ये काही प्रमाणात पेनिसिलीनचे उत्पादन चालू राहिले.

अमेरिकन गरुडाचा चंचूप्रवेश

आता अमेरिकन शास्त्रज्ञांचे पेनिसिलीनकडे लक्ष गेले. त्यांनी शिस्तबद्धपणे पेनिसिलीनच्या चाचण्या सुरू केल्या. डॉ. मार्टिन हॅरी डॉसन याच्या नेतृत्वाखाली जीवरसायनतज्ज्ञ कार्ल मेयर व सूक्ष्मजीवशास्त्रज्ञ डॉ. ग्लॅडिस हॉबी ह्या दोघांनी न्यूयॉर्कमधील Columbia Presbyterian Hospital मध्ये काम करणे चालू केले. लॅन्सेटमध्ये ऑक्सफर्ड चमूचा शोधनिबंध प्रसिद्ध झाल्यानंतर पाच आठवड्यांनी हे काम सुरू झाले. अर्न्स्ट चेनने पाठवलेले पेनिसिलीयम बुरशीचे नमुने डॉ. रॉजर रीड याने अमेरिकन संशोधकांकडे सुपूर्द केले.

जर्मन शास्त्रज्ञ पेनिसिलीनच्या मागावर आहेत असा फ्लोरीला संशय आला होता. अमेरिकन शास्त्रज्ञांचा अपवाद वगळता कोणत्याही परकीय शास्त्रज्ञांना बुरशीचे नमुने देऊ नयेत असा फ्लोरीने फतवा काढला. अमेरिका दोस्तांच्या बाजूने महायुद्धात उतरणार असा त्याचा अंदाज होता. ब्रिटिश मेडिकल रिसर्च कौन्सिलचे सेक्रेटरी सर एडवर्ड मेलन्बी यांनीही फ्लोरीला अमेरिकेत जाऊन मदत मागण्यास

सुचवले. फ्लोरीने रॉकफेलर फाउंडेशनकडून प्रवासखर्चासाठी मदत मिळवली व तो नॉर्मन हीटलेसह अमेरिकेला रवाना झाला.

१९४१ च्या मे महिन्यात अमेरिकन शोधनिबंध प्रसिद्ध झाला.

अमेरिकेचे योगदान

अमेरिकन शास्त्रज्ञ रॉबर्ट कॉगहिल याने बुरशीपासून पेनिसिलीन शुद्ध व स्थिर स्वरूपात मिळवण्याची अधिक चांगली पद्धत शोधून काढली. तीत आंबवण्याच्या (Fermentation) प्रक्रियेचा अंतर्भाव होता. यामुळे पेनिसिलीनचे उत्पादन मोठ्या प्रमाणावर करणे शक्य होत होते. पेनिसिलीन संशोधनातील अमेरिकेचे हे योगदान अत्यंत महत्त्वाचे ठरले.

अँड्र्यू मॉयर

अमेरिकेत नॉर्मन हीटलेने अँड्र्यू मॉयर नामक जीवरसायनतज्ज्ञासह काम करण्यास सुरुवात केली. स्वत: मॉयर पक्का ब्रिटनद्वेष्टी होता! पण त्याने हीटलेला सहकार्य देण्याचे कबूल केले. दोघांनी एकत्रितपणे संशोधन करावे व दोघांच्या नावाने शोधनिबंध प्रकाशित करावा असे ठरले. पेनिसिलीनची निर्मिती सुरू झाल्यानंतर त्याच्या विनिमयानंतर होणारी कमाई रॉकफेलर फाउंडेशन व Northern Regional Research Laboratory यांनी विभागून घ्यावी असेही निश्चित करण्यात आले. हीटलेने ब्रिटनमधील स्वत:च्या कार्यप्रणालीची माहिती हातचे न राखता मॉयरला दिली. मॉयरने आपली आंबवण्याची पद्धत हीटलेला दाखवली. दोघांच्या सहकार्यातून सिद्ध झालेल्या निर्मितिपद्धतीने पेनिसिलीनचे उत्पादन वीस पटीने वाढले.

दोघा शास्त्रज्ञांनी पेनिसिलीन निर्मितीच्या नवीन पद्धतीवर शोधनिबंध लिहिला व हीटले ब्रिटनला परतला. ब्रिटनद्वेष्ट्या ॲन्ड्र्यू मॉयरने आता आपली नखे बाहेर काढली. त्याने शोधनिबंधात हीटलेचे नाव गाळले व लेख प्रकाशनासाठी पाठवला. पेनिसिलीन निर्मितीचे पेटंटही त्याने मिळवले व अमाप संपत्ती जमवली. हे कळल्यावर रॉबर्ट कॉगहिलने त्याची खरडपट्टी काढली व त्याने हडप केलेली पैनूपै वसूल केली.

शेवटी अमेरिकन औषधी कंपन्यांनी सुधारित तंत्राचे पेटंट मिळवले व ब्रिटनला Semisynthetic पेनिसिलीनचे पेटंट मिळाले.

Mouldy Mary

पेनिसिलीयम बुरशीच्या अधिक चांगल्या जातीच्या शोधात जगातील शास्त्रज्ञ होते. पेओरिया येथील बुरशीतज्ज्ञ (Mycologist) केनेथ रोपर याला ही बुरशी आपल्या गावातच सापडली. त्याने आपली सहायिका मेरी हिला बाजारात या बुरशीची फळे आणण्यास पाठवले. तिने बाजारातील सर्वच्या सर्व फळे खरेदी केली. याच बुरशीचा नंतर पेनिसिलीनच्या निर्मितीसाठी उपयोग होऊ लागला. मेरीला तेव्हापासून 'Mouldy Mary' असे नाव मिळाले.

नोबेल प्राईझ

फ्लोरीच्या अंदाजानुसार अमेरिकेने युद्धात पदार्पण केले व युद्धाचे पारडे फिरले. पण तेव्हापासून अमेरिकन शासनाने पेनिसिलीनविषयक प्रयोगांची माहिती ब्रिटनला देणे बंद केले. शेवटी वाटाघाटी होऊन तिढा सुटला. पण फ्लोरी यामुळे दुखावला गेला. अमेरिकन औषधी कंपन्यांना पेटंट मिळाल्याचे ऐकून तो संतापला. चेनची भविष्यवाणी खरी झाली. या मुद्द्यावरून दोघांमध्ये उद्‌भवलेली कटुता आयुष्यभर टिकली.

अर्न्स्ट चेन नंतर लंडनमधील 'Imperial college of science and Technology' या संस्थेत जीवरसायनशास्त्राचा प्रमुख म्हणून काम करू लागला. अमेरिकेत Squibb, Merck आणि Pfizer या औषधी कंपन्यांनी पेनिसिलीन निर्मिती चालू केली. अमेरिकन शासनाने त्यांना मदत केली. मिळालेल्या पेटंटमुळे तीनही कंपन्यांना प्रचंड आर्थिक लाभ झाला.

१९४५ चे नोबेल प्राईझ फ्लेमिंग, फ्लोरी व चेन यांना मिळाले. त्यांना दुसरी अनेक पारितोषिके व मानमरातब मिळाले. नॉर्मन हीटलेची या बाबतीत उपेक्षा झाली. चेनला १९६० साली व अब्राहमला १९८० साली 'सर' ही पदवी मिळाली. फ्लोरीला अगोदरच 'सरकी' मिळाली. अलेक्झांडर फ्लेमिंगला मरणोत्तर. लंडनमधील सॅंट पॉल कॅथीड्रलमध्ये चिरविश्रांती घेण्याचा बहुमान मिळाला. ब्रिटनच्या इतिहासात हा सर्वोच्च बहुमान मानला जातो. सेंट मेरी हॉस्पिटलमधील Inoculation विभागाला 'राईट-फ्लेमिंग इन्स्टिट्यूट' असे नाव देण्यात आले.

कालांतराने पोटात घेण्याजोग्या पेनिसिलीनचे उत्पादन सुरू झाले व वैद्यकीय इतिहासात 'प्रतिजैविक युग' सुरू झाले.

प्रकरण ११

सजीवांच्या चैतन्याचे रहस्य

"We have found the Secret of life."

— Francis Crick

विसाव्या शतकाचा प्रथमार्ध भौतिकशास्त्राने गाजवला. सापेक्षतावाद, क्वांटम सिद्धान्त, संगणक, अणुविभाजन या चार विषयांनी विज्ञानाचे विश्व ढवळून निघाले. शतकाच्या उत्तरार्धात जीवशास्त्र प्रकाशझोतात आले. सजीवांच्या दैनंदिन जीवनातील चेतना कुठून येते; त्यांचे गुणधर्म एका पिढीतून पुढील पिढीत कसे जातात या दोन महत्त्वांच्या प्रश्नांची उत्तरे मिळाली. अनादिकाळापासून मानवाला संभ्रमित करणारा 'मी कोण?' या प्रश्नाची चर्चा तत्त्वज्ञानाच्या पातळीवरून जैविक सत्याच्या पातळीवर वैद्यकशास्त्रज्ञांनी आणली. सजीवांना चैतन्यशाली बनवणाऱ्या मूल स्रोताचा शोध लागला व भविष्यात होऊ घातलेल्या अद्‌भुत जैविक संशोधनाची नांदी म्हटली गेली. डीएनए या रेणूच्या रचनेचा उलगडा झाल्यावर या संशोधनाची जी खूण उमटली तीमुळे विसाव्या शतकाचाच नव्हे तर एकविसाव्या शतकाचाही चेहरामोहरा बदलण्याची शक्यता निर्माण झाली.

'जीवित्व' म्हणजे काय?

जीवित्व या संज्ञेचा आध्यात्मिक खुलासा निरनिराळ्या प्रकारे केला जातो. वैज्ञानिक पातळीवर जीवित्वाचा अर्थ सुस्पष्ट आहे. Life is defined as self contained system of molecules that can duplicate itself from generation to generation. (रेणूंपासून बनलेली एक स्वयंचलित प्रणाली जी स्वत:ला द्विगुणित करू शकते, तिला जीवित्व म्हणतात.) जीवित्वाच्या मुळाशी असलेल्या डीएनए या रेणूच्या रचनेचा उलगडा हे विसाव्या शतकातील जीवशास्त्रातील सर्वश्रेष्ठ संशोधन समजले जाते. विल्यम हार्वेच्या रक्ताभिसरणाच्या शोधास तुल्यबळ असा हा शोध होता. या संशोधनाने रेण्वीय विज्ञान (Molecular Science) ही एक नवी शाखा जीवशास्त्रात उदयास आली व तिने मानवी जीवनात क्रांती आणली.

अटीतटीचे स्पर्धानाट्य

डीएनएच्या रचनेच्या संशोधनात विश्वातील अनेक शास्त्रज्ञांचा सहभाग होता. इ. स. १८६५ मध्ये ग्रेगॉर मेंडेल या ऑस्ट्रिअन धर्मोपदेशकाने चालू केलेल्या संशोधनयज्ञाची सांगता १९५३ साली फ्रान्सिर क्रिक जेम्स वॉटसन व मॉरिस विल्किन्स या शास्त्रज्ञांनी केली. शेवटच्या तीन वर्षांत या संशोधनाला स्पर्धानाट्याचे रूप आले. अमेरिका, ब्रिटन, युरोप या देशांतील शास्त्रज्ञांनी पराकाष्ठेचे प्रयत्न केले. या संशोधनाचे श्रेय मिळवण्यासाठी वाम मार्गांचाही अवलंब केला गेला. द्वेष, असूया, राग, लोभ, मत्सर या मानवी भावनांपासून, वैज्ञानिक दृष्टिकोणाचा अहंभाव मिरवणारे शास्त्रज्ञही फार दूर नाहीत असे चित्र उभे राहिले. एका असामान्य स्त्री-शास्त्रज्ञाचे श्रेय हडपण्यात आले!

ग्रेगॉर मेंडेल

इ.स. १८६५ मध्ये ऑस्ट्रिअन धर्मोपदेशक ग्रेगॉर मेंडेल याने अनुवंशशास्त्राचा (Heredity) पाया घातला. मातापित्यांचे गुणावगुण त्यांच्या मुलामुलींत येतात हे सर्वज्ञात होते. पण अचानक एखाद्या मुला/मुलीत वेगळेच गुणधर्म आढळतात. असे का होते या प्रश्नाने मेंडेलला सतावले होते. त्याने प्रयोग करण्याचे ठरवले. गुळगुळीत/खडबडीत साल असलेल्या हिरव्या/पिवळ्या वाटाण्यांच्या रोपांवर संकराचे प्रयोग करून रोपांच्या पुढील पिढीत आढळणाऱ्या गुणवैशिष्ट्यांची नोंद करून मेंडेलने आनुवंशिकतेचे नियम बनवले. (Mendelian Laws) आनुवंशिक गुणधर्म पुढील पिढीत नेणाऱ्या घटकाला त्याने 'अज्ञात पदार्थ' असे नाव दिले. १९०४ साली वॉल्टर सटन या अमेरिकन शास्त्रज्ञाने या अज्ञात घटकाला Gene जनुक असे नाव दिले. एका जनुकामुळे एक गुणवैशिष्ट्य ठरते व ते पुढील पिढीकडे जाते हा मेंडेलच्या संशोधनाचा मथितार्थ होता.

पेशीकेंद्र

एकोणिसाव्या शतकात पेशीकेंद्राचा (Nucleus) आनुवंशिकतेशी संबंध असावा असा शास्त्रज्ञांचा तर्क होता. विभाजन न झालेल्या पेशीकेंद्रात एक पदार्थ शास्त्रज्ञांना आढळला. त्याला त्यांनी Cromatin असे नाव दिले. पेशीचे विभाजन होण्यापूर्वी क्रोमॅटिनचे रूपांतर एका रंगीत पदार्थात होते. त्याला Chromosome (क्रोमोझोम) म्हणजे 'गुणसूत्र' असे नाव देण्यात आले.

१९०५ पर्यंत आनुवंशशास्त्रात प्रगती झाली होती. माणसाच्या शरीरातील अब्जावधी पेशींतील प्रत्येक पेशीकेंद्रकामधील रंगीत धाग्यांवर (Chromosomes) बिंदूंच्या स्वरूपात असंख्य जनुके गुंफलेली असतात. ही जनुके विभागताना स्वत:ची आवृत्ती (Self replication) काढतात. गुणसूत्रांचे विभाजन होताना ही घटना घडते. जुन्या गुणसूत्रातील जैविक माहिती नव्या गुणसूत्रात उतरते, पण ती कशी उतरते हे समजले नव्हते.

प्रथिने व न्यूक्लिक आम्ल

पेशीकेंद्रातील प्रथिनांच्या माध्यमातून गुणवैशिष्ट्यांचे वहन होते असा (गैर) समज त्या वेळी प्रचलित होता.

इ.स. १८७१ मध्ये स्विस शास्त्रज्ञ फ्रेड्रिक मायशर याने पेशीकेंद्रातील न्यूक्लिक आम्ल (Nucleic acid) या घटकाचा शोध लावला. त्यात प्रथिनांचे प्रमाण भरपूर होते. मायशरने न्यूक्लिक आम्लांचा आनुवंशिकतेशी संबंध असावा असा तर्क मांडला. वास्तविक पाहता न्यूक्लिक आम्लाखेरीज इतर रासायनिक घटक होते. पण या घटकांत आनुवंशिक संकेत असतील असे मायशरला वाटले नाही.

न्यूक्लिक आम्लातील डीएनए हा घटक प्रथिनांएवढाच (किंबहुना त्यापेक्षाही अधिक) महत्त्वाचा होता याची जाणीव कोणालाच झाली नव्हती.

अमिनोआम्ल

सर्व सजीवांच्या रासायनिक घटकांत थोडेफार साम्य असते. या घटकांपैकी एक घटक अमिनोआम्ल (Amino Acid). हा सर्व सजीवांच्या उतींचा पाया आहे. घर बांधायला जशी विटांची आवश्यकता असते तशी पेशींना अमिनोआम्लांची जरुरी असते.

प्रथिने

जीवशास्त्रज्ञांनी प्रथिनांवर आपले लक्ष केंद्रित केले होते. प्रथिनांत रसायनांची भलीमोठी साखळी असते व तीत वीस प्रकारची रसायने (अमिनोआम्ले) असतात. याउलट डीएनए हा एकसुरी रेणू होता. त्यात फक्त चार रसायने असतात. यांना न्यूक्लिओटाइड (Nucleotides) म्हणतात. या लहान रेणूतून आनुवंशिक संदेश जाऊ शकतील असे शास्त्रज्ञांना वाटत नव्हते.

ऑसवाल्ड ॲव्हरी

१९३६ साली ऑसवाल्ड ॲव्हरी या अमेरिकेतील रॉकफेलर इन्स्टिट्यूटच्या शास्त्रज्ञाने डीएनए रेणू संदेशवाहक आहे असे ठामपणे सांगितले. पण त्याची कोणीही दखल घेतली नाही. ॲव्हरीने नाउमेद न होता आपले संशोधन चालू ठेवले. १९४३ साली ॲव्हरीने (या सुमारास तो सदुसष्ट वर्षांचा होता) एक विलक्षण प्रयोग केला. त्याने मेलेल्या न्यूमोकॉकस या सूक्ष्मजंतूतील डीएनएचे जिवंत न्यूमोकॉकसमध्ये रोपण केले. दाता मृत असूनही त्याची गुणवैशिष्ट्ये जिवंत स्वीकारकात दिसतात असे त्याला आढळले. याचा अर्थ एकच होता. डीएनएचा रेणू गुणवैशिष्ट्ये पुढील पिढीत नेण्यास समर्थ होता. हा शोध खरोखरच क्रांतिकारक होता व त्यासाठी त्याला नोबेल पुरस्कार मिळायला हवा होता. पण ते झाले नाही.

याला ॲव्हरीही काही प्रमाणात कारणीभूत होता. हे संशोधन त्याने लगेच प्रसिद्ध केले नाही. आपला भाऊ रॉय ॲव्हरी याला त्याने पत्राने आपले निष्कर्ष कळवले. त्यानंतर स्वत:ची पूर्ण खात्री झाल्यावर एका वर्षाने ॲव्हरीने प्रयोगांची पुनरावृत्ती केली. निष्कर्ष तोच निघाला. डीएनए रेणूमार्फतच आनुवंशिक संदेशवहन होते हे आता निर्विवादपणे सिद्ध झाले. प्रथिनांचा त्यात संबंध नव्हता हे पर्यायाने सिद्ध झाले. पण फक्त चार रसायने (न्यूक्लिओटाइड) असलेल्या रेणूमार्फत हे कसे होते हा कूट प्रश्न अजूनही अनुत्तरित होता.

अर्विन श्रोडिंजर

१९४३ साली या प्रश्नाचे उत्तर देण्याचा प्रयत्न एका भौतिकशास्त्रज्ञाने केला. जर्मनीतून आयर्लंडमध्ये स्थलांतर केलेल्या अर्विन श्रोडिंजर याने डार्ब्लनमध्ये 'What is life?' या विषयावरील व्याख्यानमालेत एक नवीन विचार मांडला. जीवशास्त्र हे भौतिक व रसायनशास्त्रांपेक्षा वेगळे का मानावे हा मूलभूत मुद्दा त्याने

उपस्थित केला. फळमाशा (Fruit fly), बेडूक आणि पेशी एका बाजूला तर अणू (atoms), परमाणू (Molecules), वीज, चुंबकत्व दुसऱ्या बाजूला अशी फाळणी कशासाठी? सजीवांचा विचार त्यांच्यातील अणू, परमाणू यांच्या संदर्भातच झाला पाहिजे असा श्रोडिंजरचा आग्रह होता. सचेतन आणि अचेतन पदार्थांना भौतिक व रसायनशास्त्राचे नियम लागू झाले पाहिजेत असे श्रोडिंजरचे प्रतिपादन होते. जैविक सत्यांचा उलगडा श्रोडिंजर भौतिक व रसायनशास्त्रांच्या माध्यमांतून करू पाहत होता. सजीवाचे शरीर नष्ट होते पण त्याची गुणसूत्रे व जनुके पुढील पिढीत जातात व अमर होतात असे का घडते?

श्रोडिंजरने स्वत:च या प्रश्नाचे उत्तर देण्याचा प्रयत्न केला. सजीवत्वाचे मुख्य लक्षण म्हणजे सतत काहीतरी करीत राहणे. याला समांतर पारिभाषिक संज्ञा म्हणजे चयाचय (Metabolism). जिवंत असताना प्रत्येक सजीव खाणे, पिणे, जिरवणे, श्वासोच्छ्श्वास करणे, चालणे, बोलणे व स्वत:ची आवृत्ती काढणे (Replication) इत्यादी क्रिया करून स्वत:चा विनाश टाळण्याच्या प्रयत्नात असतो. थांबला तो संपला अशी त्याची धारणा असते. पण हे करत असता तो अटळपणे विनाशाकडे वाटचाल करत असतो. याला फक्त एकच अपवाद; म्हणजे गुणसूत्रांवरील जनुके. गुणसूत्रे भौतिकदृष्ट्या अनियमित स्फटिकांच्या (Irregular Crystals) स्वरूपात असतात. या स्फटिकांच्या अंतर्रचनेत आनुवंशिक संकेत (Genetic Code) साठवण्याची क्षमता असते. हे संकेत जनुकांत साठवले जातात.

श्रोडिंजरची ही व्याख्याने नंतर पुस्तकरूपात प्रसिद्ध झाली. जैविक शास्त्रातील प्रश्नांची उत्तरे मिळवण्यास आता भौतिकशास्त्र सज्ज झाले. जीवनातील चैतन्याचा शोध तात्त्विक काथ्याकुटीचा आधार न घेता निखळ वैज्ञानिक दृष्टिकोणातून घेण्यास प्रारंभ झाला होता.

स्फटिकालेखन

दुसऱ्या महायुद्धापूर्वी केंब्रिज विद्यापीठात जे. डी. बर्नाल आणि लीड्स विद्यापीठात विल्यम ॲस्टबेरी या स्फटिकालेखनतज्ज्ञांनी (Crystallographers) स्फटिकातील रेणूच्या रचनेचा शोध घेण्यासाठी क्ष-किरण वापरण्यास प्रारंभ केला. डीएनएच्या धाग्यांत क्ष-किरण सोडले असता त्यांचे विकीरण होतानाचे शेकडो फोटो ॲस्टबेरीने काढले. धातूच्या पट्ट्या वापरून त्याने डीएनएची प्रतिकृती तयार केली. साखर, फॉस्फेट व नायट्रोजनयुक्त रसायने (Bases) या तीन घटकांनी जनुक बनलेले असते हे स्फटिकालेखन तंत्राने (crystallography) सिद्ध होत होते.

Bases मधील चार घटक जिन्याच्या पायऱ्यांप्रमाणे एकावर एक अशा तऱ्हेने रचलेले असतात असे त्याच्या ध्यानात आले. १९३८ साली 'नेचर' या वैज्ञानिक नियतकालिकात आपला शोधनिबंध प्रसिद्ध केला. पण या शोधनिबंधात काही चुका होत्या व ॲस्टबेरीचे निष्कर्ष अंदाजात्मक होते. जनुकामध्ये फक्त डीएनए असते हे ॲस्टबेरीला कळले नव्हते.

डिऑक्सिरायबो न्यूक्लिक ॲसिड (डीएनए)

फक्त चार रसायने असलेल्या डीएनएमधून एवढ्या प्रचंड प्रमाणात आनुवंशिक वैशिष्ट्ये जातात व या जैविक घटनेमुळेच पृथ्वीवर विविध व वैशिष्ट्यपूर्ण सजीव निर्माण होतात हे स्पष्ट झाले होते. डीएनएमधील रेणू ज्या प्रकारे रचलेले असतात त्या विवक्षित रचनेमुळेच हा चमत्कार होत असावा हा अंदाज तर्कसुसंगत होता.

अर्विन शारगॉफ

अर्विन शारगॉफ या भौतिक शास्त्रज्ञाने १९४८ साली श्रोडिंजरच्या संकल्पनेचा पाठपुरावा केला. त्याने डीएनएमधील नायट्रोजिनस रसायनांचा (Bases) अभ्यास केला. बेसेसमध्ये प्युरिन (Purine) प्रकारचे ॲडेनिन (Adenine-A) व ग्वानिन (Guanine-G) या रेणूंची संख्या, पायरिमिडीन (Pyrimidine) प्रकारच्या थायमिन (Thymine-T) आणि सायटोसिन (Cytosine - C) रेणूंइतकीच होती. रासायनिक समीकरणाच्या भाषेत सांगायचे झाल्यास A + G = T + C. पण तसे का असते हे शारगॉफला समजले नाही.

लॉरेन्स ब्रॅग

कोणत्याही स्फटिकातील रेणू सूत्रबद्धपणे रचलेले असतात. स्फटिकावर क्ष-किरणांचा मारा केल्यास त्यांचे विकीरण (Diffraction) होते. अशा तऱ्हेने विखुरलेल्या किरणांमुळे फोटोग्राफिक काचेवर वैशिष्ट्यपूर्ण छाया उमटतात व त्यामुळे स्फटिकातील रेणूंची रचना समजते. हा शोध लॉरेन्स ब्रॅग या भौतिकशास्त्रज्ञाने लावला. यासाठी त्याला नोबेल पुरस्कार मिळाला. त्याच्या या प्रतिपादनाला Bragg's Law असे नाव मिळाले. १९५० च्या सुमारास लॉरेन्स ब्रॅग केंब्रिज विद्यापीठात कॅव्हेंडिश प्रयोगशाळेचा प्रमुख होता.

स्पर्धानाट्य

आता जनुकसंशोधनासाठी सर्वात महत्त्वाचा व नाट्यपूर्ण प्रवेश चालू झाला. त्यातील प्रमुख पात्रे होती ब्रिटनमधील भौतिकतज्ज्ञ फ्रान्सिस क्रिक, अमेरिकेहून शिष्यवृत्ती मिळवून कॅव्हेंडिश प्रयोगशाळेत आलेला असामान्य बुद्धिमत्तेचा तरुण प्राणिशास्त्रज्ञ जेम्स वॉटसन, लंडनमधील किंग्ज कॉलेजमधील जीवभौतिकतज्ज्ञ मॉरिस विल्किन्स आणि स्फटिकलेखनातील (Crystallography) जागतिक कीर्तीची तज्ज्ञ रोझलिंड फ्रँकलिन. सूत्रधार होते कॅव्हेंडिश प्रयोगशाळेचा प्रमुख लॉरेन्स ब्रॅग आणि किंग्ज कॉलेजमधील प्रमुख जे. टी. रँडाल.

पात्रांची ओळख

लंडन युनिव्हर्सिटीची पदवी मिळवल्यावर दुसऱ्या महायुद्धकाळात फ्रान्सिस क्रिक ब्रिटिश नाविकदलासाठी सागरी सुरुंग बनवण्याच्या संशोधनात गुंतला होता. त्याचे प्रशिक्षण भौतिकशास्त्रात झाले होते. १९४६ साली लायनस पॉलिंग या विख्यात ब्रिटिश रसायनतज्ज्ञाने दिलेल्या एका व्याख्यानानंतर क्रिकला रसायनशास्त्रात रस उत्पन्न झाला व तो कॅव्हेंडिश प्रयोगशाळेत आला. तिथे तो अल्पकाळातच सर्वांना प्रिय झाला. मोठमोठ्याने खळाळून हसणे व येता-जाता निरनिराळ्या शास्त्रीय संकल्पनांची बरसात करणे यासाठी क्रिकची ख्याती होती.

अमेरिकेतील शिकागो युनिव्हर्सिटीत प्राणिशास्त्राची पदवी मिळवून तरुण शास्त्रज्ञ जेम्स वॉटसन शिष्यवृत्ती मिळवून कॅव्हेंडिशला संशोधनासाठी १९५१ साली आला. तेव्हा त्याचे वय अवघे तेवीस वर्षांचे होते. यापूर्वी एवढ्या लहान वयाचा संशोधक कॅव्हेंडिशने पाहिला नव्हता. विद्यार्थिदशेत वॉटसन एक असामान्य बुद्धिमान विद्यार्थी म्हणून प्रसिद्ध होता. केंब्रिजला येण्यापूर्वी नेपल्समध्ये एका वैद्यकीय मेळाव्यात त्याची किंग्ज कॉलेजमधील भौतिकशास्त्रज्ञ मॉरिस विल्किन्स याच्याशी गाठ पडली होती.

अर्विन श्रोडिंजरने भौतिकशास्त्राच्या चष्म्यातून जैविक सत्याच्या घेतलेल्या शोधाने क्रिक व वॉटसन अतिशय प्रभावित झाले. वस्तुत: श्रोडिंजर हा चैतन्यवादी (Vitalist) शास्त्रज्ञ होता. चैतन्य (Vital force) या गॅलेनकृत पारमार्थिक संकल्पनेवर त्याचा विश्वास होता. फ्रान्सिस क्रिकचा दृष्टिकोण वेगळा होता. तो निरीश्वरवादी होता व तो ते जाहीरपणे सांगत असे. भौतिकशास्त्रीय साधनांनी जैविक घटनांचेही विश्लेषण होऊ शकते याचे क्रिकला अप्रूप वाटले.

नाट्यप्रवेशातील तिसरे पात्र मॉरिस विल्किन्स हा ब्रिटिश भौतिकशास्त्रज्ञ लंडनमधील किंग्ज कॉलेजमध्ये ब्रिटनच्या 'National Medical Research Council' तर्फे चालवण्यात येणाऱ्या जीवभौतिकशास्त्र (Biophysics) विभागाचा प्रमुख होता. डीएनए रेणूवर क्ष-किरण विकीरणाचे प्रयोग करण्यात तो मग्न होता. स्वभावाने तो मितभाषी व एकलकोंडा होता. त्याच्या अमेरिकन पत्नीने त्याला घटस्फोट देऊन त्याच्या मुलाची कस्टडी मिळवली होती. यामुळे तो सदैव उदासीन असे.

या स्पर्धानाट्यातील शेवटचे पण अत्यंत महत्त्वाचे पात्र होती स्फटिकलेखनतज्ज्ञ रोझलिंड फ्रँकलिन. ती एका धनाढ्य ज्यू बँकरची कन्या होती. दिसायला ती आकर्षक होती. अत्यंत भावनाप्रधान असणारी फ्रँकलिन नको इतकी स्पष्टवक्ती होती. इतरांशी वागण्याची तिची पद्धत विचित्र व तुटक होती. पण जवळच्या मित्रमैत्रिणींशी ती हसून-खेळून राही. फार थोड्याच व्यक्तींशी तिचे चांगले जुळत असे. तिचे आपल्या ब्रिटिश बांधवांविषयीचे मत फारसे चांगले नव्हते. युरोपियन व्यक्तींशी तिचे चांगले जुळत असे. म्हणून ब्रिटनमध्ये संशोधन करण्याऐवजी तिने फ्रान्समधील पॅरिस हे क्षेत्र निवडले. कॉर्बन रेणूवर (कोळशातील) ती क्ष-किरण विकीरणाचे प्रयोग करत होती. या विषयातील तिच्या संशोधनाची सर्व जगात वाहवा झाली होती. शिवाय Tobacco Mosaic Virus (TMV) हादेखील तिच्या संशोधनाचा विषय होता. १९५१ च्या सुमारास किंग्ज कॉलेज प्रमुख जे. टी. रँडाल याचे तिला निमंत्रण आले.

फ्रँकलिनची नेमणूक जीवभौतिकशास्त्र विभागात डीएनए संशोधनासाठी झाली होती. तिचा सहायक म्हणून रेमंड गॉसलिंग या पदव्युत्तर विद्यार्थ्याला तिच्याकडे पाठवण्यात आले. दुर्दैवाने फ्रँकलिनच्या नेमणूकपत्रात तिच्या पदाचा नि:संदिग्ध उल्लेख रँडालने केला नव्हता. यामुळे क्ष-किरण विकीरण विभागाची प्रमुख म्हणून आपली नेमणूक झाली आहे असा तिचा समज झाला. पुढे होणाऱ्या भीषण नाट्याचे बीज हे होते.

मॉरिस विल्किन्स हा त्या विभागाचा अधिकृत प्रमुख होता व तो त्याच विषयावर सात वर्षं काम करत होता. आपली सहायिका म्हणून फ्रँकलिनची नेमणूक झाली आहे असा त्याचा समज होणे स्वाभाविकच म्हटले पाहिजे. येथेच दोघांमधील संघर्षाची ठिणगी पडली. फ्रँकलिन विल्किन्सला आपला प्रमुख मानायला तयार नव्हती. काही दिवसांतच त्याच्याबद्दलचे फ्रँकलिनचे मत खराब झाले.

कॅव्हेंडिशमधील संशोधन

कॅव्हेंडिशमध्ये त्या वेळी रक्तातील हेमोग्लोबिन (Hemoglobin) व स्नायूतील मायोग्लोबिन (Myoglobin) यांच्या रचना शोधण्याचे संशोधन चालू होते. क्रिक व वॉटसन यांन डीएनए रेणू आकर्षित करत होता. महत्त्वाकांक्षी जेम्स वॉटसनला या संशोधनात नोबेलचा वास आला होता.

लंडनच्या किंग्ज कॉलेजमध्ये मॉरिस विल्किन्स डीएनएच्या स्फटिकलेखन संशोधनात गर्क होता. किंग्ज कॉलेज व कॅव्हेंडिश या दोहोंमध्ये एक अलिखित नियम होता. एकमेकांच्या संशोधनकार्यात नाक न खुपसणे हा तो नियम. अमेरिकेहून आलेल्या वॉटसनला हा नियम ठाऊक असण्याचे कारण नव्हते व असल्यास त्याची क्षिती नव्हती.

कॅव्हेंडिशमध्ये क्रिक व वॉटसन यांनी डीएनएच्या रचनेवर काम करण्याचे ठरवले. दोघांचे चांगले जुळत असे. वॉटसनला रसायनशास्त्रात तर क्रिकला जीवशास्त्रात रस नव्हता. क्ष-किरण विकीरण तंत्राचे प्राथमिक ज्ञानही दोघांना नव्हते. पण त्याने काही बिघडत नव्हते. दोघांकडेही प्रचंड आत्मविश्वास, जिद्द व वैज्ञानिक प्रशिक्षण होते. डीएनएची रचना उलगडण्याचा दोघांनीही ध्यास घेतला व त्यासाठी सर्व प्रयत्न करण्याचे ठरवले. प्रयोगशाळेत त्यांना या विषयाखेरीज बोलण्यासाठी विषय नव्हता. प्रयोगशाळेतील वातावरण खेळीमेळीचे होते. क्रिक व वॉटसन या दोघांमध्ये स्पर्धेचा अंशही नव्हता. आपल्या चुका दोघेही मान्य करत व एकेमकांच्या कल्पनांवर खुलेआम टीकाही करत. डीएनएवर संशोधन करण्याचे दोघांचे हेतू मात्र भिन्न होते. फ्रान्सिस क्रिकचा दृष्टिकोण वैज्ञानिक समस्या उलगडण्याचा होता. वॉटसनचे लक्ष्य नोबेल पुरस्कार होते.

फ्रँकलिनचे संशोधन

१९५१ च्या हिवाळ्यात फ्रँकलिनने आपल्या कार्याविषयीचे एक चर्चासत्र आयोजित केले. या चर्चासत्राला मॉरिस विल्किन्सने जेम्स वॉटसनला आमंत्रित केले. फ्रँकलिनच्या संशोधनाची माहिती वॉटसनला मिळाली.

डीएनएची रचना गोलाकार जिन्यासारखी (spiral) असून फॉस्फेट-शर्करा हे जिन्याचे कठडे आहेत. ॲडेनिन, ग्वानिन, थायमिन व सायटोसिन ही रसायने या जिन्याच्या पायऱ्या आहेत अशी फ्रँकलिनने संकल्पना मांडली.

चर्चासत्र संपल्यावर वॉटसन व फ्रँकलिन एका चायनीज हॉटेलात गेले. तिथे डीएनए सोडून इतर विषयांवर दोघांच्या गप्पा झाल्या. फ्रँकलिनने वॉटसनला किंग्ज कॉलेजमधील वातावरण आपल्याला मानवत नाही, विल्किन्सशी तिचे पटत नाही

व त्यामुळे ती सतत तणावाखाली असते असे सांगितले. त्यामुळे तिचे विल्किन्सशी होणारे वर्तन तुटकपणाचे होते. क्ष-किरण विकीरण तंत्राची विल्किन्सला फारशी माहिती नसावी असा तिचा ग्रह झाला होता. वॉटसनने सभ्य गृहस्थाला साजेशी सहानुभूती तिला दाखवली. किंग्ज कॉलेजमधील संशोधन व्यक्तिगत हेव्यादाव्यामुळे तडीस जाणे कठीण आहे अशी खूणगाठ बांधूनच वॉटसन केंब्रिजला परतला. चर्चासत्रातील अनेक महत्त्वाचे मुद्दे हुशार वॉटसनने चांगले ध्यानात ठेवले. त्याला पाहिजे असलेली माहिती त्याला मिळाली होती.

कॅव्हेंडिशमधील संशोधन

१९५१ च्या डिसेंबरमध्ये क्रिकने विल्किन्स व फ्रँकलिन यांना आपल्या संशोधनाची माहिती देण्यासाठी बोलावले. डीएनएच्या रचनेत तीन अर्धगोल (Helix) असून अ‍ॅडेनिन, ग्वानिन, सायटोसिन व थायमिन ही रसायने अर्धगोलांच्या बाहेरील बाजूस असतात अशी संकल्पना क्रिकने मांडली. फ्रँकलिनने त्याच्या संकल्पनेची खिल्ली उडवली. क्ष-किरण विकीरणाने दिसणाऱ्या प्रतिमांत चारही घटक अर्धगोलांच्या आतील बाजूस (जिन्याच्या पायऱ्यांप्रमाणे) रचलेले असतात असा तिचा दावा होता. डीएनएच्या रचनेत तीन अर्धगोल असतात या क्रिकच्या विधानालाही तिने आक्षेप घेतला. फ्रँकलिनने तिच्या फटकळ स्वभावानुसार या संशोधनाला काडीचीही किंमत नाही असे क्रिक व वॉटसन यांना सुनावले. शिवाय आपला सबंध दिवस वाया गेल्याबद्दल नाराजी व्यक्त केली.

नामुश्की

क्रिक-वॉटसन जोडगोळीच्या पदरी आलेली नामुष्की लगेच षट्कर्णी झाली. लॉरेन्स ब्रॅगने दोघांनाही ऑफिसमध्ये बोलावले. किंग्ज कॉलेजमधील संशोधनात नाक खुपसल्याबद्दल त्याने दोघांचीही खरडपट्टी काढली. अलिखित नियमाचा भंग झाल्यामुळे आर्थिक मदत मिळणे मुश्कील होईल असे सांगून डीएनए संशोधन बंद करावे अशी सूचना ब्रॅगने दोघांनाही दिली. क्रिकने संशोधन आवरते घेतले. पण या विषयावर विचार करणे सोडले नाही. पाताळयंत्री वॉटसनने तंबाखूवरील विषाणूच्या संशोधनाच्या बुरख्याखाली डीएनएचे संशोधन चालू ठेवले.

लायनस पॉलिंग

आता स्पर्धानाट्याच्या प्रवेशात नवे पात्र अवतरले. विख्यात रसायनतज्ज्ञ

लायनस पॉलिंग याचा मुलगा पीटर पॉलिंग केंब्रिजला १९५२ च्या हिवाळ्यात पदव्युत्तर संशोधनासाठी आला. आपले वडील (त्यांना पूर्वी रसायनशास्त्राचा नोबेल पुरस्कार मिळाला होता.) डीएनएची प्रतिकृती (Model) तयार करण्यात व्यग्र आहेत ही वार्ता त्याने क्रिक-वॉटसन या जोडगोळीला दिली आणि दोघांना आपल्यावर आकाश कोसळल्याचा भास झाला. थोड्याच कालाने प्रथेनुसार पॉलिंगच्या शोधनिबंधाची एक प्रत त्यांच्याकडे आली. क्रिक्-वॉटसन यांनी शोधनिबंधाचे अत्यंत काळजीपूर्वक वाचन केल्यावर आपण केलेली चूक पॉलिंगनेही केली आहे असे या द्वयीच्या लक्षात आले व त्यांचा जीव भांड्यात पडला. पण स्वत:ची चूक ध्यानात येण्यास पॉलिंगला फारसा वेळ लागणार नाही याची त्यांना खात्री होती. पॉलिंगचा शोधनिबंध 'नेचर' या प्रसिद्ध विज्ञान-नियतकालिकात सहा आठवड्यांनी प्रसिद्ध होणार होता.

स्वत:ची चूक सुधारण्यास दोघांना जास्तीतजास्त सहा आठवड्यांचा अवधी होता. पण त्यासाठी संशोधन अधिकृतपणे चालू व्हायला हवे होते. विभाग प्रमुख ब्रॅगची परवानगी मिळवणे आवश्यक होते. क्रिक-वॉटसन दोघेही यासाठी ब्रॅगकडे गेले. TMV च्या संशोधनाच्या बुरख्याखाली वॉटसनने डीएनएचे संशोधन चालू ठेवलेच होते! आता सामना कॅव्हेंडिश विरुद्ध पॉलिंग असा होता व कोणत्याही लिखित वा अलिखित नियमाचा भंग होणे अशक्य होते. ब्रॅगने डीनए संशोधन चालू करावे असे त्यांना सांगितले. वॉटसनच्या पाताळयंत्रीपणाचा आता फायदा झाला. त्याचे TMV वरील संशोधनकार्य आता कामी आले.

अनपेक्षित लाभ

या सुमारास एक अनपेक्षित घटना घडली. किंग्ज कॉलेजमध्ये संशोधन करताना फ्रँकलिनने काढलेल्या डीनए विकीरणाच्या अप्रतिम प्रतिमा मॉरिस विल्किन्सकडे आल्या. विभाग प्रमुख या नात्याने विभागात चाललेल्या संशोधनाची माहिती त्याने घेणे स्वाभाविक होते. विल्किन्स व क्रिक यांची घनिष्ठ मैत्री होती. फ्रँकलिनने काढलेली अद्वितीय छायाचित्रे घेऊन विल्किन्स कॅव्हेंडिश प्रयोगशाळेत गेला. त्याने ही छायाचित्रे क्रिक-वॉटसनना दिली. त्याचे हे फ्रँकलिनची अनुमती न घेताच केलेले कृत्य वैज्ञानिकांची आचारसंहिता भंग करणारे होते. नंतर बऱ्याच वर्षांनी लिहिलेल्या आत्मचरित्रात विल्किन्सने आपण केलेले कृत्य चुकीचे होते अशी कबुली दिली. स्वत:च्या प्रयत्नांनी डीएनएची रचना समजेल याची त्याला खात्री नसावी. फ्रँकलिनशी त्याचे सहकार्य नव्हते. त्यामुळे

शोधनिबंधात आपले नाव घालण्याच्या अटीवर विल्किन्सने फ्रँकलिनच्या संशोधनाचे मर्म क्रिक-वॉटसन यांच्या हवाली केले. त्याच्या दृष्टीने डीएनए संशोधन वेगाने पुढे जाण्यास यामुळे संधी मिळाली.

ते सहा आठवडे

विल्किन्सने डीएनएची क्ष-किरण विकीरणाची फ्रँकलिनने काढलेली छायाचित्रे अनपेक्षितपणे क्रिक-वॉटसन यांना बहाल केल्यानंतरचे सहा आठवडे त्या दोघांच्या आयुष्यातील अविस्मरणीय असे होते असे नंतर वॉटसनने त्याच्या 'Double Helix' या आत्मकथनात नोंदून ठेवले आहे. डीएनएच्या घटकांमधील परस्परसंबंध या छायाचित्रांमुळे क्रिक-वॉटसन यांना अधिक चांगले समजले. फ्रँकलिनच्या स्फटिक आलेखामुळे (Crystallograph) डीएनएची प्रतिकृती तयार करणे आता सोपे झाले. जेम्स वॉटसनने डीएनए रेणूची प्रतिकृती तयार केली.

चिरंजीव डीएनए

नवीन तयार केलेल्या प्रतिकृतीत दोन अर्धगोल ठेवून AGGT या रसायनांच्या जोड्या शर्करा व फॉस्फेट यांच्या कठड्यांच्या आतील बाजूस एकावर एक अशा तऱ्हेने रचलेल्या पायऱ्यांच्या स्वरूपात दाखवल्या होत्या. (Double Helix with Bases inside) डीएनएचे विभाजन होताना ॲडेनिन (A) व ग्वॉनिन (G) ही जोडी आणि थायमिन (T) व सायटोसिन (C) ही जोडी नवीन तयार झालेल्या रेणूत पूर्वीच्या रेणूतील रचनेप्रमाणेच दिसते. यामुळे नवीन रेणूत पूर्वीच्या रेणूमधील आनुवंशिक संदेश (Genetic code) जसाचा तसा कायम राहत होता आणि तेच आनुवंशिकतेचे मर्म होते.

७ मार्च १९५३ रोजी क्रिक-वॉटसन यांनी आपण तयार केलेली डीएनएची प्रतिकृती आपल्या सहकाऱ्यांना दाखवून रचनेचे मर्म विशद केले व आपला शोधनिबंध 'नेचर'कडे पाठवला. शोधनिबंध मासिकाकडे वेळेत पोहचला व तो अग्रक्रमाने प्रसिद्ध झाला. या शोधनिबंधाचे लेखक म्हणून क्रिक, वॉटसन व विल्किन्स यांची नावे प्रसिद्ध झाली. रोझलिंड फ्रँकलिनने संशोधकांचे खुल्या दिलाने अभिनंदन केले. विल्किन्सने केलेल्या निषिद्ध कृत्याची तिला कल्पना नव्हती. त्यांनी स्वत:च सर्व कार्य केले असावे अशी तिची कल्पना झाली होती.

शोधनिबंध 'नेचर' मासिकात प्रसिद्ध झाल्यावर शास्त्रीय जगतात प्रचंड खळबळ उडाली. सर्व जगभरातून क्रिक-वॉटसन-विल्किन्सवर अभिनंदनाचा वर्षाव

झाला. काही शास्त्रज्ञांनी, ज्यांना सत्य स्थितीची कल्पना होती, क्रिक-वॉटसन यांना 'दरोडेखोर' अशी पदवी बहाल केली. या संशोधनाचे पूर्ण श्रेय त्यांना नाही असेही काही शास्त्रज्ञांनी त्यांना सुनावले.

१९६२ चा नोबेल पुरस्कार क्रिक, वॉटसन व विल्किन्स यांना मिळाला. रोझलिंड फ्रँकलिनचे श्रेय हडपण्यात आले होते. शिवाय १९५८ साली ती वयाच्या सदतिसाव्या वर्षी कॅन्सरने मरण पावली होती. रोझलिंड फ्रँकलिनला आपले श्रेय हिसकावून घेतले गेल्याची भावना अंतापर्यंत जाणवली नाही तरीही अंतापर्यंत ती कार्यमग्न राहिली. किरणोपचार व रसायनोपचारांचे दुष्परिणाम तिच्या शरीरावर दिसू लागले होते. शेवटपर्यंत ती आपल्या प्रयोगशाळेत प्रयोग करत राहिली.

१९६८ साली जेम्स वॉटसन याने डीएनएवरील संशोधनाविषयीचे स्वानुभव 'Double Helix' या पुस्तकात प्रसिद्ध केले. त्यात त्याने रोझलिंडची वेचक शब्दात थट्टा उडवली. तिचे श्रेय तिला देण्यास त्याने स्पष्ट शब्दात नकार दिला. एव्हाना फ्रँकलिन मरण पावली होती व तिला स्वत:चा बचाव करणे शक्य नव्हते. वॉटसनने सभ्यतेच्या मर्यादा ओलांडल्या होत्या. लॉरेन्स ब्रॅग, फ्रान्सिस क्रिक, मॉरिस विल्किन्स व इतर शास्त्रज्ञांनी पुस्तकातील अनेक विधानांना आक्षेप घेतल्यामुळे हार्वर्ड युनिव्हर्सिटी प्रेसने वॉटसनचे पुस्तक प्रसिद्ध करण्यास स्पष्ट नकार दिला. यामुळे वॉटसनने 'उपसंहार' हे प्रकरण लिहिले व त्यात रोझलिंडचे कर्तृत्व मान्य केले.

फ्रान्सिस क्रिकने आपल्या 'What mad pursuit' या आत्मकथनात रोझलिंडचे श्रेय मान्य करण्याचा मनाचा मोठेपणा दाखवला. आपल्या शेवटच्या आजारात रोझलिंड क्रिकच्या कुटुंबासमवेत राहण्यास गेली. १९९९ साली जेम्स वॉटसनने रोझलिंडचे ऋण मान्य केले. मॉरिस विल्किन्सने आत्मकथनात रोझलिंडने काढलेल्या क्ष-किरण प्रतिमा तिच्या नकळत क्रिक-वॉटसन यांना देण्यात आपली चूक झाल्याचे मान्य केले. फ्रँकलिन व तो यामधील असलेल्या वितुष्टामुळे ही चूक झाली अशी विल्किन्सने पुष्टी जोडली. एक मात्र खरे की विल्किन्सला नोबेल पुरस्कार मिळूनही गाजावाजा क्रिक-वॉटसन यांचा झाला.

जैवविज्ञानाची गरुड भरारी

जनुकीय रचनेचा उलगडा झाल्यावर विकास खुंटलेल्या जैवविज्ञानाने गरुड भरारी घेतली. जगभर जनुकीय संशोधनाला भर आला. सदोष जनुकामुळे रोगनिर्मिती होते हे समजल्यावर त्याच्या जागी सुधारित जनुके घालण्याचा प्रयोग

हरगोविंद खुराना या अमेरिकास्थित भारतीय शास्त्रज्ञाने केला. जनुकीय अभियांत्रिकी (Genetic Engineering) ही उपशाखा उदयास आली. खुरानाला नोबेल मिळाले.

डीएनएच्या रचनेत पाहिजे ते फरक करता येतात हे समजल्यावर सूक्ष्मजंतूंच्या माध्यमातून अनेक महागडी औषधे किमान खर्चात बनवणे औषधी कंपन्यांना सुकर झाले. स्कॉटलँडमधील शास्त्रज्ञांनी क्लोनिंगचे तंत्र वापरून शरीराबाहेर बीजफलन करून 'डॉली' नामक मेंढी जन्माला घातली. माणसालाही आपले वारस प्रयोगशाळेत निर्माण करता येण्याची शक्यता दृष्टिपथात आली. गुणसूत्राच्या टेलोमिअर (Telomere) या भागाशी निगडित असणाऱ्या जनुकात फेरफार करून वृद्धत्व आणि कॅन्सर यावर विजय मिळविण्याची शक्यता निर्माण झाली. पण या तंत्राने नवीन व्याधी अजाणता निर्माण होण्याची शक्यताही बळावली. ब्राझीलमध्ये एका बेटावर क्लोनिंगच्या तंत्राने सुधारित डीएनएचा उपयोग करून मधमाशांची एक नवी जात जन्मास घातल्यावर त्यांनी तेथील प्राण्यांना जगणे अशक्य केले.

आनुवंशिक व्याधींचा छडा लावायचा असले तर लाखो जनुकांची कार्यपद्धती तपासावी लागते हे लक्षात आल्यावर 'जीनोम' (Genome) नावाच्या आंतरराष्ट्रीय प्रकल्पाची योजना करण्यात आली. २००३ साली क्रिक-वॉटसनच्या शोधाला पन्नास वर्षे पूर्ण होताना 'जीनोम' हा महाप्रकल्प पूर्ण झाला.

भविष्यातील जनुकविषयक संशोधनाच्या प्रगतीला मर्यादा नाहीत. पण या संशोधनामुळे अनेक सामाजिक व नैतिक प्रश्न समाजापुढे येऊ शकतात. गर्भजलपरीक्षेचा गैरफायदा घेऊन विकसनशील देशांत स्त्रीभ्रूणहत्या होऊ लागल्या. त्याविरुद्ध कायदा करावा लागला. आपल्याला पाहिजे तसेच मूल जन्माला घालण्याची स्त्री-पुरुषांची मागणी पुरवणे आता शास्त्रज्ञांना शक्य होईल. 'Brave New World' या हक्सलेच्या कादंबरीत दर्शविल्याप्रमाणे विचार न करता यांत्रिकपणे कामे करणारी मानवजात जन्माला येईल. हिटलर, स्टॅलीन इत्यादी क्रूरकर्मांचे क्लोन्स तयार करणे शक्य होईल. 'Boys from brazil' या इरा लेविन हिच्या कादंबरीत हिटलरचे क्लोन्स निर्माण करण्याची कविकल्पना आहे.

भविष्यात शक्य होणाऱ्या घटनांचे मूलसूत्र क्रिक-वॉटसन-विल्किन्स-फ्रँकलिन यांनी केलेल्या संशोधनात आहे. विल्किन्स व फ्रँकलिन आज विस्मृतीत गेले असले तरी त्यांच्या अद्‌भुत संशोधनाचा ठसा एकविसाव्या शतकावर उमटला आहे. वैद्यकीय इतिहासावर ठसा उमटवलेल्या या चार शास्त्रज्ञांपैकी एकही शास्त्रज्ञ वैद्यकीय क्षेत्रातील नसावा हे एक आश्चर्यच मानावे लागेल.

संदर्भ ग्रंथ

इंग्रजी

1. Brenda Maddox : 'Rosalind Franklin - THE DARK LADY OF DNA' : Harper Collins Publishers : 2003
2. Meyer Friedman, M. D., And Gerald W. Friedland, M. D. : 'MEDICINE'S greatest DISCOVERIES' : Yale University Press : 2000
3. Francis Crick : What Mad Pursuit - A Personal View of Scientific Discovery' : Basic Books, A Member of the Perseus Books Group : 1988
4. James D. Watson : 'THE DOUBLE HELIX - A Personal Account of the Discovery of the Structure of DNA' : Penguin Books : 1968
5. Matt Ridley : GENOME, 'THE AUTOBIOGRAPHY OF A SPECIES In 23 CHAPTERS' : Fourth Estate : 1999.
6. James D. Watson With Andrew Berry : 'Dna : Alfred A. Knoff' : 2003
7. Tony Stark : 'KNIFE TO THE HEART - The Story of Transplant Surgery' : Macmillan : 1996
8. Eric Lax : 'The Mould in Dr. Florey's Coat' : ABACUS : 2005
9. Donald Mcrae : 'Every Second Counts' : THE EXTRAORDINARY RACE TO TRANSPLANT THE FIRST HUMAN HEART' : Pocket Books : 2007
10. Bernard Lown, M. D. : 'THE LOST ART OF HEALING, PRACTICING COMPASSION IN MEDICINE' : The Ballantine Publishing group : 1966
11. Farokh Erach Udwadia : 'THE FORGOTTEN ART OF HEALING AND OTHER ESSAYS' : Oxford University Press : 2009

12. James Le Fanu : 'THE RISE & FALL OF MODERN MEDICINE : Little Brown And Company : 1999
13. Nicholas L. Tilney, M. D. : 'TRANSPLANT - From Myth to Reality' : Yale University Press : 2003
14. Clint Willis, Editor : 'GERM WARRIORS - STORIES OF MEN AND WOMEN FIGHTING THE WORLD'S WORST PLAGUES' : Thunder's Mouth Press : 2003
15. Roy Porter : 'THE GREATEST BENEFIT TO MANKIND A MEDICAL HISTORY OF HUMANITY FROM ANTIQUITY TO THE PRESENT' : Fontana Press : 1999
16. Sherwin B. Nuland : 'THE DOCTORS' PLAGUE, Germs, childbed Fever, and the Strange stork of Ignac Semmelweis' : ATLAS BOOKS : W. W. Norton & Company : 2003
17. Peter Watson : 'IDEAS - A HISTORY FROM FIRE TO FREUD : Weidenfield and Nicholson : 2005

मराठी

१. डॉ. चंद्रकांत वागळे : 'वैद्यकाची यशोगाथा', 'मानवी वैद्यकाचा संक्षिप्त इतिहास' : राजहंस प्रकाशन : २००५
२. पु. के. चितळे : 'सुरस कथा जैव-संशोधनाच्या' : मॅजेस्टिक प्रकाशन : २००९
३. वीणा गवाणकर : 'रोझलिंड फ्रँकलिन - द डार्क लेडी ऑफ डीएनए': राजहंस प्रकाशन : २००९
४. डॉ. चंद्रकांत शंकर वागळे : 'आत्मा ते जनुक - आधुनिक वैद्यकातील संकल्पनांचा इतिहास' : पॉप्युलर प्रकाशन : २००९